பெயல் நீத்த வானம்

சுதர்ஷன்

வெண்பா பதிப்பகம்
இலங்கை

பெயல் நீத்த வானம்

© சுதர்ஷன்

முதல் பதிப்பு ஜனவரி 2020
இரண்டாம் பதிப்பு டிசம்பர் 2020

அளவு: டெமி ● தாள்: 70gsm ● பக்கம்: 224
அச்சு அளவு: 11 புள்ளி ● விலை: 325/-
அச்சாக்கம்: அபிசன் எண்டர்பிரைஸஸ்
சென்னை-87.

வெண்பா பதிப்பகம்
No 20A, கல்லூரி வீதி,
யாழ்ப்பாணம், இலங்கை.
தொடர்பு இல +94 212225090
தொடர்பு இல +94 762912100

Peyal Neeththa Vaanam
© **Sudharshan**

Printed at Abisan Enterprises
Chennai - 600087.

Cover Design: Gabriel
Layout: Menaka Lucas
Photography: Jilson P George

Published by
VENPAA PUBLICATION
No.20A, College Road
Jaffina, Sri Langa
Contact No +94 212225090
Hotline +94 762912100

Price Rs. **325/-**

Email: venpaabookhouse@gmail.com
Website: www.venpaa.com

வைரமுத்து

08.10.2020

அன்பு சுதர்ஷன்,

உங்கள் 'பெயல் நீத்த வானம்' என் பார்வைக்கு வந்தது.

எமிலி டிக்கின்சன் கவிதைகள் போல் தலைப்பிடாத ,ஆழ்ந்த கருத்தமைந்த உங்கள் கவிதைகள் என் கவனத்தை ஈர்த்தன.

காதலாகிக் கசிந்துருகும் உங்கள் உன்னத உணர்வுகளின் வீச்சும் வார்த்தைகளின் வசீகரிப்பும் மிக நன்று.

எடுத்துக்காட்டாக -

"மெல்லச் சிரிக்கையில்
உந்தன் பற்களுக்குள் பட்டுப்
பொரியுமந்த
இதழ்நீர்க் குமிழ்களின் ஓசையிலும்
தூயது என் காமம்"

"இரட்டை ஊதுவத்திப் புகை எழும்
இளங்காலை இருளில்
கூந்தல் கலைத்து இப்படி நிமிராதே
செல்லத் தணலிரண்டும்
சூரியனாகத் தோன்றுதடி"

இப்படி உங்கள் கற்பனை ஊற்றிலிருந்து சுரந்த, செறிந்த கவிதைகளின் சிந்தனைகள் அழகு.

அழகான நூல் வடிவமைப்பும் கட்டமைப்பும் உங்கள் உன்னத ரசனையை உணர்த்தின.

தனித்தன்மையோடு இலங்கும் உங்கள் கவித்துவப் புலமைக்கு என் பாராட்டு.

தொடர்ந்து எழுதுங்கள்; அடுத்தடுத்த உயரம் தொடுங்கள்.

வளர்வீர்கள்; வாழ்த்துக்கள்.

அன்போடு...

வைரமுத்து

உள்ளே...

மையல் நெஞ்சம் 7 ✜ மழைச் செய்யுள் 55
தமிழணங்கு 61 ✜ மோகப்பித்துநிலை 68
நிலவுலாவுதல் 81 ✜ பாதப் புகழுரை 85
நேசத்திரட்டு 91 ✜ வாய்மடுத்தல் 103
அணியிலக்கணம் 107 ✜ துடி ஆடுதல் 113
தமிழ்க்காதலி 117 ✜ மெய் பாராட்டு 131
குழலரங்கம் 136 ✜ தழலின்பம் 143
கூடிப் பிரிதல் 149 ✜ அருத்தி 156
கண்ணன் ராதை 175 ✜ உயிரின் மடல் 184

பாயிரம்

கீழ்க்கிளையில் மலர்ந்த பூக்கள் வணக்கத்துக்குரியவை என்று ஆனந்த வேதங்கள் சொன்னான். கசிந்துருகிக் கண்ணீர் விட்டுக்கொண்டான். வேதாந்திகள் பழித்தார்கள். பூமிக்கு இவன் புதியவன் என்பதை மரமும் ஒப்புக்கொண்டது. கொடிகள் நேரடிச் சம்மதம் சொன்னது. அநங்கனுக்குத் துணை நின்ற தென்றலும் பூக்களை முட்டி முட்டிச் சிரித்தது. நேச மாநாடு போட்டது.

அவன் மடிசாய என்றே வரங்கள் வாங்கிவந்த பூவொன்று அவனை வென்றது. வென்று வாடாமல் நின்றது. கீழ்க்கிளையில் இன்னொரு பூவாகவே மாறிவிட்டவன், மகரந்த மணிகளின் மேலெழுந்து "நறுங்கிளை" என்று சொன்னான். பூம்பனிப் பாரம் அறியாப் பூவின் பதிலுக்காய்க் காத்திருந்தான். சூரியன் கண்ட பூ இளவெயிலைக்கூட "கனல் நிலவு" என்று உச்சரித்துக் கவிதைப் பொருள் சொன்னது. பூவின் சங்குக்கழுத்தில் முத்தமிட்டுத் தமிழ் குடித்தான்.

மையல் நெஞ்சம்

முதலாம் பொருள் அளாவி
இரண்டாம் பொருள் அகல
மூன்றாம் பொருள் களைந்து
நீங்குவது எங்கே
நிறைவது எங்கே
எனத் தெரியாமல்
எடுத்துக்கொள்ளவேண்டிய கவிதைகள்.

◆

வீட்டுத் திண்ணையில்
உத்தரத்தில் தொங்கும்
சாமிப்படக் கண்ணாடியில்
அவசரமாய் பார்த்துச் சென்ற
அந்தப் பெண்களின் சாயல் எல்லாம்
சேர்த்ததுபோல அவள் முகம்.

◆

தோள்களில்
முத்தாட நீயிருந்தால்
தினைப்புனம் எதற்கு!
நகரத்து மாடியிலும்
கொப்பு தாண்டும்
கிளிக்கூட்டம்.

◆

காமமல்லவே அது
பறவையிலிருந்து
பிரிந்த இறகு
தரைவரையில்
இறங்கும் தூரங்களை
காற்று
கவிழ்த்தி நடத்திய
மகோன்னதம்!

◆

வில்வம் இலை சூழ்ந்த
சிவக்கழுத்தென ஓதிவிட்டு
வெட்பாலை பட்டை உரிக்கும்
களிற்றின் தாகம்
தீர்த்துக்கொண்டாய்.

◆

காதல் காந்தும்
கலங்கரை விளக்கமாய் காட்சியும்
காற்று உந்தும்
பாய்மர விரிசலாய் உன் ஆடையும்
நேற்றுவரை என் கடலுக்கு
தந்துபோன மாட்சியை
என்றும் போற்றி
புகழுரைத்திருப்பேன்.

◆

மழைக்கிளை கோதி
மெல் இலைகள் உலர்த்தி
மலராடி வாய் திறந்த
இளந்தென்றலே
அவளை இதனினும்
மெதுவாய் காணும்
பதமருள்வாயோ

◆

கால்மேல் காலிட்டு
நீ படிக்கும் தினுசுக்காகவே
அகமும் புறமும்
ஆர்த்து அலம்ப
கவிதைகள் பல எழுதலாம்.

◆

சிறுபொழுதாயினும் பெரும்பொழுதாயினும்
காமமென்றும் அன்பென்றும்
என்ன தரப்போகிறேன்?
என்னில் உன் கர்வம்
குலையும்பொழுதெல்லாம்
அது குலையவில்லை எனும்
நம்பிக்கைதான்

◆

தூமியென
முத்தம் விழவிழ
சிமிட்டி அணையும்
இமைவிளக்கு.

✦

ஒற்றை பூக்களை
பறித்துக்கொடுக்கச் சொல்கிறது காதல்
தேவி உன்னை
பூவுதிரும் மரங்களுக்கு கீழே
நிறுத்தச் சொல்கிறது காமம்.

✦

அதுவரை
மாலை நிறம் சாயும்
வானக் கழுத்தில்
மூச்செரிந்து
கிடக்கட்டுமொரு
சூரியன்.

✦

நெளி நெளியாய்ச் செல்லும்
ஆசை நதியில்
பொலபொலவென உதிர்ந்து
பொட்டெனச் சரியும்
ஒரு பூக்கொப்பு வாழ்வு

அதுவரை
உலுப்பிப் பறக்கும்
உல்லாசப் பறவைகளிலும்
உதிர உதிரப் பூக்கும்
அஃறிணையின் அழகு வேண்டும்.

✦

காமத்தையும்
துயரத்தையும்
துண்டாடச் சம்மதமா

என் பார்வையில்
சூரியனை
கடித்துக்கொண்டிருக்கிறது
ஒரு மழைமுகில்.

✦

ஒருவேளை
காதலித்தால்
வாடிக்கையாகிப்போன
உன் ஜன்னலோர வேடிக்கையை
முத்தத்தால்
எட்டிப்பார்க்கலாம்.

✦

என்னுள் கிளைத்தது
காமமென்றாலும்
உனக்கு
நிலவினைத்தான்
கைகாட்டும்.

◆

முத்தமோ முனகலோ
தேன் வண்ணத் தோளில்
கூந்தல் ஒட்டிக் கிடப்பதுபோல
சாயங்காலமெங்கும்
இருளின் கீறல்கள்.

◆

மருவு வானை
விண்மீன் விதித்தல் கண்டேன்

வலித்த காற்று கழற
ஒளித்த கண்ணீர் விடுத்து நின்றேன்

கடுத்த சொல் வீசி
காதல் கனவினை இனி களையவேண்டா

கறுத்த கூந்தல் இறுத்து
நன் மாமேனி தழுவிடில் என் செய்வாய்!

◆

ஊரறிந்த தேகத்தின்
மோகமெல்லாம்
எளிதில் தீரும்

எந்தன் நாமகளின்
தாகம்தீர
நீதான் நெருங்கித்தொடவேண்டும்.

◆

உன் பார்வையின்
விளைச்சலைக் கொட்டும்போது
என் கவிதைப் பத்தாயமே
பற்றிக்கொள்ளலாம்.

◆

கூந்தல் சொருக்கவிழ
முகிலின் முறுக்கவிழ
காதல் மொழியவிழ
கருஞ்சாய மையவிழ
கஞ்சத்திடையில் திருக்கி
புளகமெழு பொன்மார்பு.

◆

மிக நேராயும்
வீம்பாயும் விரையும்
வியர்வைத்துளிகள் ஒவ்வொன்றும்
மெல்லிய நீர்ச்சரமென
வளைந்து வெடித்து
வேகமெடுக்கும் தருணங்களிலெல்லாம்
கோடையும் நீயும் ஒன்று

✦

புணர்ச்சியின் பொருட்டு
ஓலும் பறவையின் ஒலிபட்டு
பொன்கிழக்கின் கன்னங்கள்
சிவப்பதென்ன.

✦

பருவ நிலையிரண்டும்
ஒன்றாய் விடாய்த்துக்கொட்டும்
அழகுனக்குள்.

✦

காமத்தை மடித்தெழுதி
என்னவாகப்போகிறது என்கிறாய்

நாம் சில அடி நகர்ந்த பின்பும்
நின்று புணருங்கலையை நிறுத்தாத
கண்ணாடி பிம்பங்களை
கற்பனை செய்துபார்

பௌதீக விதிகளை உடைத்து
உன் கற்பனைக்குள்
பாதரசம் ஊற்றிப் பயிரும்
கலையல்லவா எழுத்து?

✦

செப்படிவித்தை
செய்யுமென் கைகளுக்குள்
பொன் மொட்டுகளால் வியர்த்திருந்து
என் ஆயுள்ரேகையை ஆற்றுப்படுத்து.

✦

ஓலையால் வேய்த
வேலியின் வண்ணத்தோடு
செம்மாந்திருக்கும்
செம்பருத்திப் பூப்போல
ஒப்பனையற்ற உந்தன் அழகோடு
ஓர்நாள் ஒண்டிக்கொள்ள வேண்டும்.

✦

அவள் வண்மையா(ழ்)

மலையுழுது வெளுக்கும்
மின்னற்கொடியொடு
மூண்டெழும் மாமுகில்போல
வலிசெய்து வாட்டும்
வண்மையாழொடு
மிருகம் மாண்டெழவேண்டும்.

◆

தீவலஞ்செய்யும்
வேத நெறிகள் வேண்டா
நெய்விளக்கெரியும் அறைவாசத்தில்
எனை முகர்ந்தொரு
மோகவலஞ்செய் போதும்.

◆

பூங்கழுத்தின் வனப்பதனை
வலஞ்செய்து சூழ
விடமிறுக்கிய உமையாளின்
பசுங்கரமது தாராயோ.

◆

சேல் ஆடு குளமதில் கூத்தாடும்
அவள் நூலாடை நெம்பும் நீராய்
சில நினைவுகள்

சந்திரனின் அம்சம் தொட்டு
சதுர்வேதத் தேரிடையில் பட்டு
சாய்ந்தொழுகும் பொட்டு நீராய்
சில நினைவுகள்

அவள் வாவிவிட்டு எழும் வடிவில்
எந்தன் ஆவி அற்றுப்போன கதையை
தேவாரத் தேகம்மீது
தொழுதெழுதியதாய் சில நினைவுகள்

அத்தனை நனவுகளும் நினைவுகளாய் போக
பெயல் நீத்த வானமென
கூந்தல் நினைவுகள் விரிந்து கிடக்க

ஒரு தாழ்வாரத்தின் நீர்போல
ஒரு கண்ணீர் முத்தம்போல
ஒரு கவிதை மட்டும்
உயிர்ப்புடன் ஒழுகிக்கொண்டிருக்கிறது.

◆

புல்லிக் கிடக்கையில்
என் புத்தகம் பிரித்துச் சூட்ட
உன் மார்பு வேண்டும்.

◆

நாக்கடியில் உழலுமொரு
நாவற்பழச் சாற்றை
உயிர் உண்ண
தலைப்படாதிருந்தால்
இன்பக் காதலை
காமம் எந்நாளும்
பழிசொல்லித்திரியும்.

◆

எதிர்க்காற்றுச் செய்யும்
உந்தன் ஆடை இறுக்கங்களின்
முதல் இரசிகன் நான்.

◆

மன்னுயிர்கள்
புணர்ந்து மகிழ
பிறந்த மழைபோல
தனிமையில்
தன்னுயிரைத் தான் புணரும்
இருவாழைக் கால்கள் வாழ்க.

◆

ஒருபிடி மண்ணெடுத்து
உள்ளங்கைக் குடில்கள் சமைத்து
ஆங்கே மயிலின் ஓட்டம் வேணுமின்னு
உனது பேரைக் கூவிச் சொன்னேன்.

◆

உன்னை தொட்டாடும்
நீர்த்துளிகளில் ஒன்று
சாக்ஸஃபோன் இசைக்குப் புரளும்
ஒற்றை ஊதாப் பூவிதழ் ஆச்சு.

◆

நல்ல சொல்மலராய்
நாளும் உன்மீது விரியவேண்டும்

அவ் இனிய இணைக் காம்பிலாவது
இரு கொப்புக் குழையும் செவியிலாவது
நிலவெறிக்கும் எயிற்றிலாவது
இல்லையேல்
கமலந் தாங்கும் இரு கால்களிலாவது
ஓர் இடங்கொடு போதும்.

◆

யாமக் குளத்தில் குடைந்தாடி
பெருங் கவியுலர்த்தி
நீ அடியெடுத்த அழகில்
பூவும் புனலும்
பொட்டு நிலவும்
பாவும் பண்ணும்
இரு பசுங்கிளைப் புள்ளும்
புணர்ந்திடக் கண்டு வெந்ததடி
என் இரண்டாம் யாமம்.

◆

அவள் வினவியறிதல்

மோகமென்பதென்ன
முத்தமென்பதென்ன
நெடுநிலா முற்றத்தில்
நளிர்நிலா மேனி மருவ
மண்ணை மிருதுவாய்
முத்திச் சேரும்
முல்லைச் செயலதுவோ

வேகமென்பதென்ன
வேட்கையென்பதென்ன
அலர்முலை அல்லி அவிழ
மலர்முகை வாய் வெதும்ப
முறைமுறை வண்ணங்காட்டி
விண்ணை வரிவரியாய்
விரிந்து கவ்வும்
கதிரவன் செயலதுவோ

◆

வெண்முதுகுச் சில்லையின் கால்கள்
கருங் கொப்பைத் தழுவிட
சிரித்த காட்டுப்பூக்கள்போல

வெள்ளைநுரை பொங்கும் புதுப்புனல் எழுந்து
குளிக்கும் மங்கையவள் மார்புக்கு
கச்சையானதுபோல

புலவி நுணுக்கம் அறிந்த கொழுநன்
காதற் கலவிக் கொளுந்தேற்றிடச் சுடரும்
மனையாட்டிபோல

புழுதி இறைத்து மகிழ்ந்த குட்டியானை
பிடியின் பெருங்கால்களைச் சுற்றிச் செய்யும்
சுட்டித்தனம்போல

உதிரவும் அணியவும்
ஒளிரவும் ஒளிந்துகொள்ளவும்
நெடுந் தேக்கெடுத்துச் செய்த
தடந்தோள்களும்
பசுந்தேன் குழைத்துச் செய்த
பொன் இதயமும்
மலர்த்திக்கொடு

◆

குரலினாற் கிளவாய்!

பேரின்பக் குரலின் பள்ளத்தில்
ழகரத்தின் கால்கள் வரைய
அவள் மணிவிழியில் மையெடுத்தேன்

மை வரைந்த இடமெல்லாம்
குரலின் வேட்கை வடிவு விரைந்தோட
தூய வல்லினத்தில் மொழிதொடுத்தேன்

மொழி தொடுத்த வேகங்கண்டு
வேங்கை விழியெடுத்த மங்கை
வண்ண மொழியுரைத்து மொழி புணர்ந்தாள்

மொழி உரைத்து மொழி வாங்க
குரலால் உயிர் முழக்கி உயிர் வாங்க
சொல்லை அளைந்து மகிழ்ந்தது கலைக்காமம்.

✦

மலையின் மார்பில்
மஞ்சள் வெயில் விழுந்து
பனியை பாவுதல் அழகு.

✦

உன் முகமெங்கும்
குளித்த உடல்
சொட்டச் சொட்ட
செய்துகொள்ளும்
ஆசை அலங்காரத்தில்
அற்ப ஆயுளுடன்
ஒரு முழம் நகர்ந்த
நீர்த்துளியின் குறுகுறுப்பு
பொட்டாகத் தன்னை
வடிவமைத்துக்கொண்டதன்
மோகனமென்ன?

◆

அல்குற்பாவை

அழகுதமிழ்ச் சுந்தரர் தேவாரத்தால்
உனை அல்குற்பாவையென அள்ளாவிட்டால்!
மலையருவியென மருவுங் கூந்தல்
முன்முனைப் பவளத்தில் வட்டமிட்டு
கீழ் இடையெனுஞ் சுனைப்பூவினில்
சுழன்று சொட்டும் அழகெலாம் எதற்காக!

◆

சூரிய தலம்
உன் தேகம்
தீட்சண்ய தரிசனம்
என் மோகம்.

◆

குயிலினை இரசிப்பவள்

கறுத்த கோகிலம் பாடி அழைக்க
திருக்கினள் திருக் கழுத்தின் கோலம்
முறித்த யாழுடலின் செழிப்பை ஒசித்து
அள்ளி அலர்த்தினள் நல் நரம்பின் ஜாலம்
கண்ட காட்சியில் குழைத்த சொல்லெடுத்து
அதன் மாட்சிகெழு அழகை முத்தி இசைத்திடவே
வெந்து மொகுமொகுத்தது
எந்தன் நெஞ்சக் கடல்

◆

மார்கழி மாதவனுக்கு

நளிர் வால் குமரி இவள் நெஞ்சை
நசை ஊற்றென விரைந்து நயந்து
பெரும் நெடு மாரிப் பொழுதாகி
அரங்கம் நீ ஆள வரவேண்டும்.

◆

கவிதையால்
கதுவிக் காதலித்து
யாரும் கதைத்து எழுதிடாத
கன்னங்கள்.

◆

இராத்திரித் தரைக்கு
நாள் முழுதும் உரையாடிப் பழகும்பொழுது
உன்னுடனிருந்த
கடும் வண்ணச்சேலையின்
வசீகர விரிப்பொன்று போடு.

◆

காலைக் கனிக் கழுத்தில்
பனி கொணரும் பெரும்பழத்தின்
சுளை வாசம் பூசியவள்.

◆

மார்கழி ஆடல்

அவள்
மண் உறு வளம் எங்கும்
ஊறும் பனிச் சிரிப்பினொடு
பொன் உறு பூ மேனியை
புனை துகிலாடிப் பொருத்தினள்

நனி விண்மீன் நிரை கிள்ளி
நுனி வெள்ளி மாலை அள்ளி
சென்னிய மார்வம் சேரும்
அணி நகை பல திருத்தினள்

அங்கே அவள்
கண் இரு பெருங் கயலாட
புனற் தாமரைத் தண்டாட
தான் உண்டாடவொரு நறுமலரின்றி
வண்டு நின்றாடும் வகை
ஒரு நாட்டியம் எழுதினள்.

◆

பயணம் என்பதன் அர்த்தம்
பிறகு சொல்லித்தருகிறேன்

இப்போதைக்கு
சின்ட்ரெல்லாக் கனவுகளுடன்
நீ உலவும் காட்டுக்குள்
கஸல் எழுதி சூசகமாய் வீசுகிறேன்.

✦

தென்னல்

நாம் போர்வையைக் கையாளும்
அழகைத் திருடி
ஓசை ஆளப் பழகிக்கொண்டதொரு
சல்லாபத் தென்னை.

✦

பனிக்காலப் பூக்களில் முளைக்கும்
அந்தக் கூர்மைகள்
ஒரு மார்போர அணைப்பிலக்கணத்துக்கு
கிடைத்த நல்ல எழுதுகோல்.

✦

அணைப்பிலக்கணம்

நித்தியமென்பது
காம்பைத் திருடும் விரல்களின்
இரத்த நாளங்களை
பூக்கள் கட்டியிழுப்பது

◆

தேநீர் இதழ்களைவிட
அதன் ஆவி பட்டு
வியர்த்த இடங்கள்
காமத்துக்குப் பிடித்தம்.

◆

வயக்காட்டுப் பொம்மையோடு
வாயாடும் அந்த
குமரிமொழிகளை எல்லாம்
உன் காதோர கம்மலுக்கு
தோழியாகிடக் கேட்பேன்.

◆

ஆடை மாற்றுகையில்
நீ கொள்ளும் ரகசிய கர்வங்கள்
எப்பொழுதும் கலப்படமற்றவை.

◆

எதிரில் நிற்கும்
பச்சை மலையழகு காண
கற்பனையின் கீழ்நிலத்தில்
ஒரு சூரியகாந்தித் தோட்டமே
விதைப்பவள் நீ

◆

மோகவண்ணம்

ஒரு கவிதையின் அழகை
துருவிப் படிக்குமுன்
உன்னுடல் செய்யும்
முத்தானா ஏற்பாடுகளின்
வண்ணம் எதுவாக இருக்கும்!

◆

கண்மூடி நீ விரும்பும்
உனது நெடுந்தோள் வாசம்
உன் தனிமைக் குறிப்புகளின்
அட்டைப்படம்.

✦

ஓரே புத்தகத்தை கட்டிக்கொண்டு
வாசிக்கச் சொன்னது காதல்

கூடவே கண்கள் மூடி
ஒரு சொல் தொடவேண்டும் என்றொரு
குழந்தை ஒப்பந்தமும் செய்துகொண்டது

அங்கே திகட்டும் உயிர்ச்சொல் ஒன்றை
திருடத் தூண்டியது மனது

இறுதியில் இரு விரல் முட்டும் இடமே
காமத்தின் சொல் என்றானது.

✦

கவிதையின்
முதல் வரியில் நகம் வைத்து
இரண்டு மூன்று நான்காம்
வரிகளின் பள்ளங்களில்
நைந்து வசமிழந்து
ஐந்தாம் ஆறாம் ஏழாம்
உவமையின் மேடுகளில்
உறுதியாய் வளைத்துக்கொண்டு
எட்டாம் ஒன்பதாம் வரிகளை
அடிக்கோடிட்டு
மென் அழுத்தங்களால்
நீ ருசித்த பக்கங்களை
அதன் தேகத்தில்
மொழிச்சாற்றை பிழிந்த
பக்குவங்களை
நான் பரவசமாய் மீண்டும்
ஸ்பரிசித்துப் பார்க்கவேனும்
எனக்காக ஒரு வாசிப்பை
நிகழ்த்திக்கொடு.

✦

ஒற்றை அகலின்
அகங்காரச் சுடர் ஏந்தி
நீ கண்டிருந்த
கண்ணாடிச் சிருங்காரமெல்லாம்
பின்னிருட்டின் மாயவனாய்
நான் நிற்கும் சுகம் பெறத்தானோ.

✦

கட்டிலின் விளிம்புகள் எல்லாம்
நீ தலைகீழாய்
கீழ்வான் பார்க்கையில்
பொருள் கொள்ளும்.

◆

நூற்றாண்டு பழமையான
ஓர் உயர்ந்த கவிதைத்தாளின்
நிறம் போலிருப்பவன் அருகில்
பச்சை இலைத் தோழிகளோடு
ஒரு வெள்ளை ரோஜாச் சீர்போல் வா.

◆

பறித்துப்போடும் நெல்லிக்கனிகளை
நீ பட்டுத் தாவணியில்
ஏந்திக்கொள்ளும் பண்பு கண்டு
இரு கெண்டைக்கால்களும்
ஜரிகை ஓரமும்
சரச வாழ்வில் பற்றிக்கொண்டது.

◆

இரண்டு முழம்
மல்லிச்சரத்தை
இளஞ்சூரியன் முன்னால்
பிடித்து அளந்து பார்ப்பதுபோலொரு
நோட்டம் விடுகிறாய்.

◆

உனக்கென்ன
ஒரேயொரு கூச்சக்கவிதை
சொல்லிவிட்டாய்
என் திங்கள் இங்கு
தெம்மாங்கு கேட்குது.

◆

கதை சொல்லும் பாட்டியின்
தனித்துவிடப்பட்ட கண்களும்

சூடான பாத்திரத்தை
துணி கொண்டு இறக்கும்
அம்மாவின் பொறுமையான பலமும்

மேற்சட்டையை தட்டிப் பார்த்து
அன்றைக்குத் தேவையான
காய்கறிகளை மட்டும்
வாங்கிவரும் அப்பாவின் மௌனமும்

ஏன், "ஏக்கா சாமிக்குப் பூ பறிச்சுக்கட்டாக்கா"
என்று கேட்கும் பக்கத்து வீட்டுச் சிறுமியின்
நொடிநேர உற்சாகமும்கூட அவள்தான்.

◆

விளையாட்டுப் பிள்ளையைத் தாங்கும்
சிறுதூரக் கற்பனைக் குதிரைபோல்
நீ என்னைச் செலுத்துகிறாய்.

◆

இதுவரையில்
பின்னங்கால் மடிப்பு என்று
நினைத்திருந்தேன்

பட்டாம்பூச்சிக் காட்டில்
வெண்குதிரைகள் ஓடக் கண்டேன்.

◆

முத்தமென்பது
வளைவுகளின் குறிப்பேடு
இன்னும் வளைந்தால்
பக்க இலக்கங்கூட
கணிதம் எனும்
அந்தஸ்திலிருந்து நழுவி
கவிதையியலில் சேர்ந்துகொள்ளும்.

◆

செந்நெல்களை அள்ளி
நினது மிடற்றின்
இரண்டடுக்கு வரிகள்மீது
உதிர்த்தால்
உன் மருதநிலதேசம் கமழும்.

✦

பறத்தலின்
இடையிலிருக்கும்
ஓவியப் பறவைக்கு
உயிர் தந்ததுபோல
புடவையை அள்ளி
புறமிடும் பழக்கம் உனக்கு.

✦

மானினம் வருமென்று
சாலையின் இருகரை நெடுக
சாமந்தி வளர்த்துக் காத்திருக்கையில்
மணிச்சிறகு கொண்டு
இருகரை உரசி நடந்து வந்தது மயிலினம்.

✦

பூக்களைக் கொத்தாக
நீட்டும் சிறுமிகளின் புன்னகை
மலையின் அழகைக் கூட்டுவதுபோல
நீ பூணும் முத்துகள்
அல்லியில் புரள்வது
குறிஞ்சிக்கு அழகு.

✦

உலகின் ஏதோ ஒரு திசையில்
நூற்றாண்டு பழமையான நூலகத்தில்
மனித விரல்கள் அதிகம் புழங்காத
புத்தகப் பக்கங்களின் மேலே
முதல் ஞான ஒளி தொட்டது

அச் செம்பொன் ஒளியின்
இன்னொரு கரம்
இவளின் மிடற்றினை வருடியது.

✦

வெறும் புடைவையல்லவே?
எழுதுகையில்
உந்தன் மணிக்கைவரை
நழுவிக் கொல்லும்
ஜரிகைக் கூச்சமுமன்றோ.

✦

உனது பெயர்!
என் குரலின் அடுக்கிலிருந்து
நான் தட்டியெடுத்த
புத்தகம்.

◆

கனவில் வருவது
செவ்வந்திப் பூக்களா
சாமந்திப் பூக்களா என்று
அறிய விரும்பவில்லை

விண்ணகம் பார்த்து நிற்கிற
கம்பனின் கைகளில் விழும் இறகு
எந்தப் பறவையினுடையது
என்று தெரியவில்லை

எதுவாயினும்
தன்னை நாடி வருபவை
உயர்ந்தவை என்கிற கர்வத்தில்
அவன் உறங்குவது போல
நடிக்கவேண்டியிருக்கிறது.

◆

தாய்மை பெற்றிட்ட இடைவரிகள்
அரத்த மேனிக்கு அழகில்லையா!
செவ்வரளிப் பூவின் மேலே
சிறு பொன்னரளி வண்ணம்
புரள்வதாய்ச் சொல்லி
அழகினைத் தொட்டு
கோலமாளவா.

◆

உன் கவிதைகள்
எனக்கொரு பொருட்டல்ல என்று
நீ சொன்னபிறகும்

அதைப் புலம்பித் தீர்க்க
ஒற்றைக் கவிதைக்கு
வார்த்தை தேடி அலைவதுதான்
என் காதல்.

◆

அவள் தேகம்
தரையிறங்கிய
முகில் விக்கிரகத்தை
காற்று முத்தமிட்டு
மகிழ்ந்தாடும் தோற்றம்.

◆

இவை பொய்கை நீராட்டெனும்
பொய்ப்பாராட்டல்ல

நீரைப் பிரிந்தபின்னும்
நில்லாத் துளிகள் தழுவி
தஞ்சமெனத் துஞ்சும்
அவள் தேகமெங்கும்
அருந்துதமிழ் கொள்ளக் காத்திருக்கும்
அன்பின் அனற்று விழா

✦

சிலநொடி
மௌன தேவதையாகி
நீ கேட்கும்
தீரா வரங்களெல்லாம்
என் செவிகளிலிருந்து
நீங்குவதேயில்லை.

✦

மணிமுத்து மார்போ
வான்பூவின் தேன் விழுந்த
தீங்கிளவிச் சொற்கிண்ணமோ!

✦

கொஞ்சம் கைகோர்த்து நட...
வானத்துக்கு மாதங்களை
அடைமொழியாக வைக்கலாம்

வஞ்சனையில்லாத மனிதரின்
தெருக்களுக்குப் போகலாம்

வானவில்லின் மிகுதி அரைவட்டம்
தேடித் திளைக்கலாம்

வற்றாத நதியோடு ஓடி
நாணலில் ஓய்வெடுக்கலாம்

கொஞ்சம் கைகோர்த்து நட...

◆

மென்காற்றில் விம்மித் தோயும்
ஆம்பற்றாள் கண்டு
மருண்ட கவிஞன்
பெருங்கவி புனைய
தோய்த்தெடுக்கும் தூவலின்
சிருங்கார அசைவை ஒத்தது
உன் புன்னகை முத்தம்.

◆

மழையைப் புறந்தள்ளி
நதியாகிப் புரளும்போதும்
செதில்கள் உடைத்து
சிறகுகள் அலர்ந்த பின்னும்
காமத்தில் மட்டும்
கரையேறிய பிறகும்
மீன்கள் ஊரும்
தேவிகளிடத்தில்.

◆

புறங்கைக் கனவுகளை
மெல்ல நான்
மேல்வாரிச் சீவி
முடியும் வரையேனும்
அந்தச் சுந்தரக் கற்பிதங்களை
சுகமாக நீட்டி ஜெபித்திரு.

◆

பேச்சின் முடிவில்
கலைந்த உரையாடலை
ஆடையால் சரிசெய்து எழும்
உன் தன்னிச்சைதான்
எனக்கு மிகப்பிடித்த காமம்.

◆

உனக்காக
நீல நிறக் கூழாங்கற்களை விழுங்கிய
ஒருசில வெள்ளை நதிகள்கூட
பார்த்து வைத்திருக்கிறேன்

அவசர யுகத்தின்
சொந்தக்காரிபோலே
எங்கே ஓடுகிறாய்

◆

பெண்கருவம்
அழகில்லையென
யார் சொல்வது!
இன்றும்
கைகட்டி மழை பார்க்கும்
உன் கொட்டம் பிடிக்கும்.

◆

கருவறைக்குள் பூட்டிய
கருஞ்சிலைமேலே
விழுந்து படிக்கும்
பின் சாமத் திருவிளக்குப்போல
நீயும் நானும் கிடந்துபேசவேண்டும்.

◆

உன் இராத்திரி பார்வைகளின்
இமையடிவாரமெங்கும்
இருவாட்சிப் பூவீன் வாசம்.

◆

மடியில்
வெள்ளைப் புத்தகம் வைத்து
பொற்பதம் நீட்டிச் சாய்க்க
ஒரு ஜன்னல் வைத்திருக்கும் அவளுக்கு
மோகத்தில்
ஆகாய நீலத்தை உரசிப்பார்க்கும் வண்ணம்
ஓர் எழுத்தைப் பதியம் வைப்பேன்.

◆

புனிதத் தடைகள் தாண்டி
அவள் ஒருக்களித்துக் கிடக்கும்
அழகின் மீது
ஒழுகிப் பார்த்தது
ஒரு விளக்கு

◆

சங்குக் கழுத்து என்கிறார்கள்
பட்சியெல்லாம் உறங்கும் சாமத்தில்
இரண்டு முத்துக்களை உரசவிட்டதுபோலொரு
மெல்லிய கீறல் உன் குரலுக்குள்.

◆

இரு உள்ளங்கை உரசி
வெப்பமேற்றும் சாக்கில்
இரு கொங்கைகள் குமையச் செய்யும்
அவள் இச்சைச் செயல் கண்டு
கார்த்திகைக்கும் குளிரெடுக்கும்.

◆

நற்றவம்போல் வளைந்து
தொடுவானம் ஏறி அளைய
வழிசெய்தவள் உனக்கு
இரு நட்சத்திரக் கூர்மை பொத்தி
விரலிடுக்கு முத்துகள் செய்து
சங்கமத்தில் சூட்டலாம்.

◆

சொக்கப்பனை எரிக்கும்
கோயில் முற்றமாய்
உன் கன்னம்

காட்டுத்தீ பட்ட
கோட்டுப்பூ போல
என் கைகள்

இரண்டும்
கூடிக் கண்டதெல்லாம்
பெருங்காதலெனும்
களவுத்தீ.

◆

உன்னோடு நிகழ்த்துவது
ஒற்றைப் பார்வை என்றாலும்
தகதிமி நாளங்கள் மீது
தகதகவென ஏறும்
வீணைத் தந்தியின்
அதிர்வுகளால்
நடக்கவேண்டும்.

◆

கோதி அளாவும் நீருள்
என்னைக் கொழுதி வளாவும்
நீர்நாடனுக்கு

நீராடுதுறையில் என்னை நிறுத்தி
நன்றே நவிலுமந்த நாவுக்கு
நீர் உண்ணும் செவ்விதழ் வெளுப்பும்
விழியின் திருக்கடைச் சிவப்பும்
கார்கூந்தல் மூடிய கொங்கையும்
கவிழ்ந்துனை நோக்கும் செங்கமலமும்
நான்கொண்ட சிறு ஊழ்வினையும்
பெரும் பாழ்மனமுங்கூடப் பருகத் தருவேன்.

✦

உயரமான
இரட்டைக் கதவு ஜன்னலை
திடுமெனத் திறக்கும் கணத்தில்
பெண்ணின் இருதோள் அழகு

✦

அவள் முன்னழகு
ருதுபாகம்
பின்னழகு
பகல் யாமம்.

✦

பனுவற்பூ

அவள் புத்தகம் படிக்கும் அறையில் மின்னும்
அந்தப் பாவை விளக்கின் கன்னங்களும்

முழந்தாளிட்ட இணைக் கோபுரச் சாய்வின்மீது
சாத்திப் படிக்கும் புத்தகங்களும்

சொற்களை அறுவடை செய்யும் மதுரவிழியும்
அதன் காட்சிகளைச் சுமந்து துடிக்கும் இரு அஞ்சிறையும்

மந்தாரக்கூந்தல் மேவும் விரல்களும்
மார்பை மரியாதை செய்து நனையும் முத்துக்களும்

செஞ்சொல் வஞ்சி அவளைச் சார்ந்திருக்கும்
சிற்றாடையும்
எண்ணங்களை வரிந்துகொள்ளும் வண்ணப்
புடவைகளும்

அவள் பனுவற்பூ என்றே சொல்லியிருக்கும்.

◆

சுதர்ஷன்

ஞானத்திரை

நூற்பாவிலிருந்து
நறு வார்த்தைகள் கிள்ளி
அவளை நெசவு செய்து
பின் அள்ளிக்கொள்ளவேண்டும்.

◆

நல்ல வாஞ்சையுடன்
வளையொலி ஆர்ப்ப
வாரியும் வாழ்த்தியும்
வாங்கிக்கொள்ள
பெண்ணழகொன்று இல்லையேல்
ஒன்றையொன்று
தாகித்திருக்கும்
தாமரையொடு புணர்ந்து
மிகமிக மெதுவாய்
கரை புரைவதும் புரள்வதுமாக
நலம் பாராட்டியிருக்கும்
வெள்ளியலைகள் எதற்காக?

◆

உதிரும் ஒற்றைச் சிறகில்
உன் பார்வை தவமிருக்கும்
அழகைவிட
ஒரு பறவையின் பறத்தலில்
என்ன இருந்துவிடப்போகிறது!

◆

மூடிய அறையில்
கடுஞ்சிவப்பு ஆப்பிளின்
வளைவுமீது விழுந்த
இரண்டு இன்ச்
கதவிடுக்கு வெளிச்சம்போலச் சிரிப்பு.

◆

நில்லடி செங்காய் என்றேன்
ஒரு சேவடி தூக்கி நின்றாள்
கூறடி ஒருசெயல் என்றால்
நூறடி படியும் என்றாள்

கவிழ்ந்தாலும் கமழும் அந்த
கமலக் காற்றையும் தின்று களிப்பேன்
என் நாலடி முத்தம் என்பதே
ஒரு நாலாயிரப் பிரபந்தம் தானடி என்றேன்

புதுச் சொல்லிடைப் பதுமைகள் அமைத்தே
அவள் இதழிடைப் பண்புகள் படித்தேன்
நல்லிடைப் பூஞ்சுழி கண்டே
புது ஞேய வாசல் திறந்துகொண்டேன்

வல்லினச் சுழிப்பில்
ஒரு கனகவில் கண்டேன்
இரு ஐம்புலச் சிறப்பும்
திருச் செங்கணைகள் என்றிருப்பேன்

இன்ப விண் அழுத்தட்டும் ஒரு சேவடி
என் நெஞ்சு பிளக்கட்டும் மறு சேவடி
அடி மாரனும் அறிவனோ இக்காதல்
என் மார்பில் அணிவாய் அச்சின்னக் கிரீடம்

◆

காகிதத்தில் நேரும்
கவிதை குழப்பங்களை
கன்னக் கதுப்பில்
திருத்தி எழுதுதல் முத்தம்

◆

உள்ளுக்குள்ளே காய்த்து
உயிர்வெளியில் பூக்கும்
உந்தன் வியர்வையாய்
எழும் வாய்ப்பிருந்தால்
கடதாசிப் பூக்களாய்
விரும்பி வளைந்து
உந்தன் வித்தார வேர்களில்
விழுந்து மரிப்பேன்.

◆

தவில்போல்
உன்னுள் இசைத்தால்
புராதனக் கோவிலின்
எத்தனையாவது கற்றூண் வரை
கடவுளின் குரல் எதிரொலிக்கும்.

◆

கந்தனும் வள்ளியும், வேலனும் வள்ளியும்

ஞாழல் மரத்தடியில் ஆழ்ந்து அமர்ந்திருந்தாள் வள்ளி. அவள் ஆழ்ந்திருந்த நினைவின் சுகத்தை, கற்பனையின் காந்தத்தை, அதை அவள் விடைத்த இடையில் ஏந்தி மடக்கித் தாங்கும் வடிவினை எல்லாம், அலுங்காமல் அள்ளிடவே கந்தனும் அருகில் வந்தான்.

ஓதித் திரை உளரி, கழுத்தில் வெம்பனி வந்து ஊதியும், கீழ் விலாத் தண்டில் ஊசி இறக்கியும், ஆலிலை வயிற்றை மஞ்ஞை உதிர்த்த மயிலிறகால் அது வந்து வந்து வாட்டியும், வேலனைப் புலவிப் பின் தழுவும் இன்பம் அறியவெனப் புல்லாதிருந்தாள் அந்தப் பொல்லா மகள்.

அவள் எண்ணத் தழலின் வாசம் அறிந்து, அவளை அன்றாடம் நுகர்ந்தவன், சோலை ஒலிகளிலும் மெதுவாய், அவள் பெயரைப் பாங்கொடு சொல்லி அழைத்து, அவள் மெய் காண, வேல் எறியும் விழி காண, வண்டு மூச விண்ட மலரொன்றைக் கண்டு பறித்தான்.

அவளை வனைந்துகொண்டு, நறும் தேனொழுகும் செவ்வாய் வரிகளைத் தமிழ்ப் புனலில் நனைத்துச் சூட்டினான். அவள் புலவிய நுணுக்கம் தேடி அவன் கைகள் நெருங்க, அவனைத் தன் ஆழ்ந்த தழலின்பம் காண அழைத்திட்டாள் வள்ளி.

✦

மழைச் செய்யுள்

மழையாடும் முற்றம் மட்டும்
பார்த்திருந்தபோது
தலைகோதாத பெருமர இருட்டில்
வந்தமரும் பறவைபோல
என் கவிதைக்கு
பொருளானவள் நீ.

✦

மூசாப்பு மேகம்போல
சில மெல்லெழுத்துகளால்
முனகுகிறாய்
கனற்றும் அவ் வான்மொழியிடம்
மண்டியிட்டு
நான் காமம் கள்ளூதல்
மழைச் செய்யுளென்று
ஆகாதோ.

✦

சரிந்து நீ பார்க்கையில்,
மலரும் உன் கழுத்து நரம்புகளுக்கு
மழை வார்த்தை பூசவேண்டும்.

✦

மழைத் துவலை

பேரியாழ் தேகத்தில்
தெரியல் கமலத்தில்
மாரிமழை துவலையென கழன்று
உயிரில் தூறி விழும்
துறைவன் பாட்டு

◆

தனியறை
வாங்கிக்கொண்ட மழையிருட்டில்
வெண் மந்தார முதுகுரசி
பிரிந்தவிழும்
உன் கூந்தல் பிளவுகள் எல்லாம்
புது ஜன்னல் கவிதைகளை
திறந்து எழுதச்சொல்லி கேட்கும்.

◆

அணைப்பென்றால்
உன் ஆசையின்
அருட்டலில்
மழையைப்போல
இரையவேண்டும்
என் இரவு.

◆

சுதர்ஷன்

செம்புலத்தின் செருக்கெலாம்
உந்தன் நிறந்தன்னில் இருக்குதென்றால்
மழைவாழைத் தாள்மீது
ஒரு மழைப்பருவம் பருகி
கலத்தல் வேண்டும்.

◆

வானுயர பச்சைப் படுக்கை விரித்த
மரங்களின் கீழே
நீ பாதம் பதிக்கும் சில பழுத்த இலைகளாய்
இருக்கும் ஆசையில்லை எனக்கு
ஆலங்கிளை இருட்டில்
இரு அஞ்சுகம் அளாவுதல் போலே
முன்னம் பெய்த மழையின் ஈரமாய்
உந்தன் கால்விரலிடுக்கில்
ஊறுதல் வேண்டும்.

◆

நீரும் பெண்ணரும்பாகி
பூத்தொழுகுவதால்
மழை கூடிய மண்வாசனையும்
உந்தன் பெண்வாசனையும்
ஒன்றென்று கண்டேன்.

◆

தாமரைக் காம்பு
சேற்றை துகைத்து
எழுந்த கூச்சத்தில்
குளத்தின் செல்லில்
நூறு பூக்கள்
முகைத்த ஆசையில்
நீரை
பொட்டு தூறலிட்டு
தொட்டு பார்த்ததொரு
பெருமழை.

✦

நீர்வார் சிற்றழகுகள்
ஒவ்வொன்றும்
மழையின் இலட்சியத்தை
முடித்துக்கொடுப்பதுபோல
அங்கங்கு உறைந்துபோவோம்.

✦

மழையைவிட
கழுத்தில்
கூந்தல் சாய்த்து
முடியும் உன் வழக்கத்தினை
ஜன்னல் பழக்கமாக்கிவிட்ட
சாரலை மிகப்பிடிக்கும்.

✦

மாமழைப் பொழுதில்
அவசரமாய் சாத்திய
சாளரத்தின் கண்ணாடியில்
முகம் உரசி
மழையுடன் நின்று காமுறும்
ஆசையிருந்தால் சொல்.
உன் அழகின் மூச்சுப்பட்டு
வியர்க்கும் உட்கண்ணாடியை
மேவி முத்தமிட்டு
அம்மழையை அருந்தும் ஆசை
எனக்குள் உண்டு.

◆

தமிழணங்கு

பூங்கரத்து வளையாட
பொன்னுடலம் வியர்த்தோட
வேங்கடத்தில் உறைவோனை
வேண்டி அவள் நிற்பதுண்டு

நின்றவள் தவமிருக்க
நிறைமாத நிலவிருக்க
நங்கையின் முகங்கண்டே
நான் மன்மதனை வேண்டலானேன்

மாரன் அவன் வரங்கள் வாழ்க
மங்கல மரபு வாழ்க
கண்கொண்ட பேறு வாழ்க
தமிழ்க் காட்சி எல்லாம் வாழ்க வாழ்க

சிறு சிட்டி விளக்கெடுத்தாள்
சரவிளக்கை கொளுத்திவிட்டாள்
அவள் நெற்றிவரை குளித்திட்ட அக்கினியை
வேறு எவ்விடத்தில் அள்ளித் தின்பேன்!

◆

கடவுளும் போற்றும்
என் காமத் திருக்காப்பு நீ.

◆

இஞ்சு இடையில்
வில் அளந்தான்
கொஞ்சு நடை நடந்து
கிள்ளை ஆனான்
மஞ்சு மூக்குத்தி மின்ன
எனை மீனாட்சியம்மை
எனக் கொண்டான்
காமத்தில் தொடங்கினான்
காதலில் முடித்தான்
அழகின் உபாசகனானான்.

✦

பாரிஜாதப் பூக்கொண்டொரு
திரி அணைத்து,
அதை மீண்டும் கூந்தலில் சூட்டி
அருள்தரும் காமாக்னி உமையவள்.

✦

பெண்ணினத்தின் தலைமகள்
என் சிந்தையில் கலைமகள்
பேரருளால் காத்தருளும்
பரம்பொருளான பெருமகள்

அன்று நெற்றி விரித்தோதி
நெருக்கு முத்தம் வைத்து வைத்து
நித்தம் சுடர் தரும்
நிலையான தத்துவம் சொன்னாள்

அன்பென்று கொஞ்சம்
அரணென்று கொஞ்சம்
கண்வளருங் காமம் காட்டி
கவியும் மழைக் காற்றெனக் கொஞ்சம்

விண்ணென அவளை வரிந்துகொண்டு
வீசுங் காற்றில் வேதமாய்க் கிடந்தேன்
பண்களைப் பாடும் வீணையை மீட்டி
என்னை கோடிமுறை தழுவிப் போனாள்.

◆

பொதிகை மலைக்காற்றுப் பட்டு
வெண்பரியின் ரோமம் அசைந்தாட
முனிவரும் கலங்கும்படி
வந்ததொரு மாலைவேளையில்

யாரும் அறிதற்கரிய
நூல்கள் கற்ற ஆசைக் களைப்பில்
அவள் அகச்சுனையில்
நீரள்ளி அருந்திட வந்தேன்

யௌவனக் கானகத்தில் உறையும்
பழந்தெய்வம்போல
ஆண்டாண்டுகால ஞானம்தனை
அவள் போற்றி வளர்த்திட்ட கலைதனை
என் இதழில் அமிழ்தென ஊட்டி மகிழ்ந்திட்டாள்

தேனிற் குழைந்த செருவிளையும்
சென்னிய செந்தாமரையும்
இளவாழைத் தொடையும்
நிலமூன்றும் இணையடியும்
வானிற் சிறந்த வனமுலையும்
கொழு குழந்தையை முகருங்
குறுஞ்சிரிப்புமென
அவள் மதிதனைச் சேர்ந்திடவே
உயிரிலெனை இழுத்துக் கலந்திட்டாள்.

◆

எத்தனை கடவுளரை
சேர்ந்தபோழ்திலும்
தான் நெகிழ்ந்து நிமிரவொரு
பெண்மார்பு இல்லையேல்
அலங்காரப் பூமாலைக்கும்
வாராதொரு அழகுச் செருக்கு.

◆

கள்வருந் தீண்டாத
கல்விக்கு அரசி
எந்தன் சொல்லிற் சுவையூட்டும்
காதற் கலைவாணி
முதற்சங்கம் காணாத
செல்வத் திருமேனி
உயிர் தீண்டச் சிவந்திட்டாள்
கருத்தாளும் பொருள்வாணி

◆

ஆண்டாள் போலொரு
காதல் செய்தால்
மஞ்சனமாடிய உன் ஆடை திருகி
ஈரக் கயிறொன்றால்
உயிரைத் திரித்துக் கட்டுவேன்

◆

சலங்கையின் மணிவாய் அலுங்க
மனதைத் தேடிவந்து தழுவும்
தமிழ்ச் சித்திரம் அவள் வாழ்க
போகுமிடமெல்லாம்
எனக்குப் புல்லிலையும் பெரும்பூவும் கொண்ட
பூச்செடிகள் காட்டிய விரல்கள் வாழ்க
வானோடு வளரும் பிறைநிலவு போல
என் கண்மணியில் மலரும்
எழில் புன்னகைக் கோடுகள் வாழ்க
புவனத்தில் உயிர் ஆற்றும் அன்பு தந்து
கருத்தோடு கூடிநிற்கும்
கோலத் திருவடிவம் வாழ்க
இத்தனையும் தந்து
துன்பம் எரித்திருக்கும் கலைமகள்
என் சிந்தைதனை என்றும் காத்தருளி வாழ்க.

◆

மோகப்பித்துநிலை

உனக்கு
மழை பார்த்தல்
பிடிக்கும் என்றதிலிருந்து
மழையின் பிடரியை
பிடித்துக் குளித்திடும்
விபரீத ஆசை
என்னை
இடித்து நின்றதில்
பிழையேதும் இல்லையே?

◆

புத்தகங்களின்
பக்கப் புரள்வில்
காற்றில் கனைத்தெழும்
காகிதக் குதிரைகள் ஆவோம்.

◆

வானம் விதும்பி
விண்மீனை உதறியதில்
தலையணையெங்கும்
சொற்பொழிவின் ஈரம்.

◆

என் கனவுக் குளத்தின்
நீர் மட்டத்தை
மார்பினால் உரசி நிற்கும்
சுகம் உனக்கு
அதில் இமைகளின் செதில்களால்
சுவாசித்தபடி
துடிக்கத் துடிக்க நீந்தும்
வியப்பெனக்கு.

◆

காதலான காற்று
தன்னை நைப்பதை
பகிரங்கமாய்
திமிறி அறிவிக்கும்
பச்சைப் பயிரின்
திரள் அழகு.

◆

அன்புடன் ஆலும்
அல்லித் தண்டிழுத்து
ஒரு குளம் விளாவி
குடிக்கும் ஆசை.

◆

கங்குல் கிழித்து
காலைக் கடல்நிலவொளியில்
வட்டமிடும் நாவாய்போலும்
உந்தன் நகங்கள்.

◆

நினைவை வருடும்
ரகசியக் கூச்ச அறையில்
சில முத்துக்களையும்
அறுத்துச் சிதறவிடும்
உன் ஆத்திர மோகங்கள் யாவும்
கோர்ப்புக்குரியது.

◆

அசுணம் என்பது
இசைதின்னும் மிருகமா பறவையா
எனும் தேடல்
ஐம்புலனிலக்கணமொக்கும்
அணங்கிவளோடு முடியட்டும்.

◆

பாவலர் பாடிற்ற
பஞ்சணைப் பாடல்கள் யாவும்
பயின்றது போதும்

முன்பனி துளிர்த்திட்ட தரையும்
வியர்வையில் குளித்திட்ட
வாளிப்பும் கொண்டொரு
மூவாத் தமிழெழுதி
முறைகெட்டொரு
காமம் புனைவோம்.

◆

ஆதிக்கம் எது?
அலங்காரம் எதுவென
அறியாவண்ணம்
புத்தக இறாக்கையில் நகரும்
புறா நகத்தின் சப்தங்களால்
உன்னை
அழுத்தி வாசிக்கவேண்டும்.

◆

உன் வேட்கையின்
நெடி பட்டாலே
உள் நரம்பெங்கும்
நிர்மலம் ஏறுமடி.

◆

பிளந்த மணிமாதுளையும்
கீறிய சுளையும் நோக
உள்ளே எக்கி
நெக்குடைந்து பூப்பவையல்லவா
உனது விரல்கள்!

◆

இருட்கிளையில்
கூடுமிரு புறாக்கள்போல
கழுத்தொடு குடைந்தொரு
கவிதை கிளத்து.

◆

வளைகையில் திரளும்
உந்தன் கொழுநிலவெல்லாம்
கொஞ்சம் ஒழுக்கம் அறுந்த
கவிதைகள் கொண்டு
கட்டியிழுக்கவேண்டும்.

◆

சுதர்ஷன்

கூடுதேடிக் குலாவி மகிழ
ஊதும் உந்த ஊதற்காற்றுப் போதாது
பைங்கிளி தின்ற பழம் விழுந்து
காற்றில் கமழுமொரு கொஞ்சல் மணம் வேண்டும்

கற்சிலை மீதொரு பாற்குடம் விழுந்து
பாதக் கமலத்தின் கலைகள் உயரவேண்டும்
காற்றுச் சுருட்டும் கடதாசிப்பூ பாயலென
படுத்துறங்க ஒரு பஞ்சுப் பாகம் வேண்டும்

கைத்தறி நெய்த சேலைமீது
கவிதைகள் கொட்டிக் கலக்கவொரு
கைத்தாளம் வேண்டும்
வில்லங்கம் உது வேண்டாமென்று
நாளும் அஞ்சாது வாழ்ந்துபார்க்கும்
வண்டெனப் பிறக்கவேண்டும்

வண்ணப் பூக்கள் விரும்பும் வனம் தேடி
மடலுக்குள் உயில் எழுதி உச்சரிக்கவேண்டும்
பழம் தின்றிட்ட பைங்கிளி என உருமாறி
பசுங்கிளை மீதமர்ந்து
உயிர்க்கிளையை உலுப்பவேண்டும்

விசைகள் பல உந்தி விண்மேவி
அந்த ஊதற்காற்றை கிழித்தொரு
ஓசை எழுப்பவேண்டும்
ஊதற்காற்றோடு கூடி மகிழ்ந்து
உயிர்ப்பரப்பின் காதிலொரு
சங்கேதமொழி சொல்லவேண்டும்.

◆

களிறும் பிடியும் புணருங்கால்
இரு திண்முகிலை உழுது தழுவும்
மின்னலின் அழகுபோல்
உன்னழகு மீது வீழத்தான்
மீதுறு காமம் கொண்டேன்.

✦

விஞ்சி விதுப்புற்று
விம்மும் அழகுனக்குள்
வார்த்தைகளால்
அதை வெய்து விழுங்கும்
வல்லபம் எனக்குள்.

✦

உதிரங்கொண்டு
உறவாடினாலும்
இமை உண்ணும்
மென்மை வேண்டும்.

✦

கீழிருந்து சூடும்
அதிசய ஆடையொன்றை
ஒத்திகை பார்க்கும்
ஆசை அவளுக்குள்

முழங்காலின் பள்ளத்தில்
சிறு பருத்திச் செடியாய்
முளைத்து வெடிக்கும்
ஆசை எனக்குள்

◆

விளக்கணைத்து
மீண்டும் ஏற்று

வளைந்த அழகு
பெருநிழலாய் நிமிர்ந்தென்னை
அடிமை செய்யும் வாகினை
வேறெங்கு அள்ளமுடியும்.

◆

ஆசையில் நனைந்த
கொங்கைக் குங்குமம் பூசி
அதில் ஆழி விழுங்கிய
அந்திவண்ணக் குழைவையும் கொட்டி
மோகப் பித்துநிலை எய்திய மத்து இதழால்
அன்பின் அமுத வாசமெல்லாம்
காட்டி கொளுத்தாவிட்டால்
அது என்ன காமம்?

◆

கவினேத்தி

தமிழால்
அழகை விண்ணேத்தி பறிக்கும்
எனது ஆசைக்கும்
கழுத்தால் காற்றை
அண்ணாத்தி விழுங்கும்
உனது ஆசைக்கும்கூட
ஆராக் காமம் என்று பெயர்.

✦

கொண்டது காதலென்றால்
உயிர்த் திரவமெல்லாம்
மிண்டு குடித்திடும் காமம்

✦

மரவேரிலிருந்து அறுத்த
மல்லிகையை சூட்டிவிட்டு
மனவேரிலிருந்து
பறித்த செந்தமிழால்
முகை மொக்குகளைக் கோதி
உடைத்திடல் வேண்டும்.

✦

அடங்காக் காதலுடையார்க்கு
அச்சந்தரு மார்கழிதான்

இருந்துமென்ன
வெள்ளைப் போர்வைக்குள்
ஒடுங்கிக்கொண்டு
புளகித்து எழுகின்ற புள்ளினங்களின்
தோற்றம் பல புனையலாம்.

◆

நீ குளத்தில் விட்ட
ஒளிவிளக்கு
என் மோகம் போல
அதுபாட்டுக்கு
தாமரை இலையில்
மோதி வட்டமிடும்.

◆

வெறும் காதல் வேண்டாம்
குங்குமத்தில் குளித்திட்ட
வெப்புள் குளமது வேண்டும்

◆

நீராவி படிந்த
நம் குளியல் அறை
கண்ணாடியில்
உனக்கான
கவிதை ஒன்றை
உன்னை அணைத்தபடி
எழுதிப் பார்த்தேன்

எழுதிய எழுத்துகளின் கீழ்
பிறந்து உருளும்
நீர்த்துளிக்கு
கவிதை என்று
வேண்டாமாம்
பித்துநிலையில் எழுதும்
பிள்ளைக் கிறுக்கலானாலும்
சம்மதம் என்கிறது.

◆

உண்டு உயிர்த்த
நாவின் திசுக்களெங்கும்
தாமரையின் சிநேகம்.

◆

உடலெனும்
உயிரணுக் குளத்தில்
தாமரைக் கொடியின்
அசைவென அவன்
அலை முனகியதுபோலவும்
முனகாததுபோலவும்
அம்சமாய் நாணியது.

◆

குதிக்கும் கடலிடை
துளும்புமென் காமம்
என்றும் உன்
தனித்த காலிரண்டில்
விழுந்து மண்டியிருக்கும்.

◆

சட்டென
சரணமெய்த ஏதுவாய்
கைக்கிடைப்பட்ட
கால்களின் கன்னத்தில்
இசைக்குறிப்பென
ஒரு காரிய மச்சம்.

◆

உனது காதலின் தேடல் என்பது
அவ்வளவுதானா?

அணில் ஊரும் உயிர்க் கிளையில்
ஓர் கயிற்று ஊஞ்சல் கட்டி
இரு கயிற்றைப் பின்னி திரித்தாடி
வானை அண்ணாத்திக் களிக்கும்
அந்த அகர, எகர, ஓகாரங்களையெல்லாம்
தேடும் உயிரின் கதறல் எனது.

◆

நிலவுலாவுதல்

இரவின் நிசப்தத்தில்
நூற்றாண்டு பழமையான
அந்த பௌர்ணமியை துயிலெழுப்பு
நீரின் திரிநாக்கினால் சூழ்ந்த
குளிர்த்தலங்கள் காணவேண்டும்.

◆

கேசம் ஒதுக்கி
ஒரு கழுத்து வேர்வை
பார்க்கும்வரை
காலைக் கிணற்று நிலவுக்கென்று
ஒரு வாசம் இருந்ததில்லை.

◆

குழல்காடு குலைந்தலைய
நின் நன்னுதல் சிறுநிலா ஒளி அருந்தி
யாசகம் கேட்கையில்
இருகரை காணாது
என் உள்ளக் காட்டாறு.

◆

வெண்ணிலாவின் துமிவீழ
ஒழுகி வழியுமந்த
மலர் காம்புகளின் காதுகளுக்குள்
உனது பெயரை உச்சரித்து வருடியவன்

ஆதிகால வெட்டவெளியில்
காதலர் புணருங்கால் எழுந்த
வெண்ணிலாவின் புழுதி அள்ளி
நீ அறிந்திடப் பூடகமாய்ச் சுவாசித்தவன்.

அச்சிழந்த தேரென சுழலும்
உனதழகு கூந்தல் பிரித்து
இச்சைபல புகுத்தி
இருவானிலை காணும் சுகங்கள் அருளியவன்

மூக்கின் விளிம்புகளில்
துளிர்க்கும் மூச்சுக்காற்றில் முகாந்திரமிட்டு
நுரையீரல்வரை சென்று
உயிர்நூலால் கட்டியிழுத்தவன்.

ஆராத அடிவானில் ஏறி
தலைகீழா சில அல்லித்தோரணங்கள் கட்டிவிட்டு
ஒரு பூக்குளமே அலையடித்திருக்கும் வண்ணம்
அதை உலுப்பி உதிர வழிசெய்தவன்.

மீண்டும் களிப்புற்று
குளிர்ந்த மார்பில் உறைந்தபடி
ஒரு வெண்ணிலாவின் துமி ஒழுக்குக்காய்
காத்திருக்கிறான்.

◆

பிறைநிலவின்
வட்டம் நிரப்ப
ஒரு சிறகு விரிந்த
பறவையை கீறும்
காதலர்கள் நாம்.

✦

ஒரு கிராமஃபோனின்
இசைத்தட்டு சுழலும் துல்லிய நொடியில்
நிலவின் கட்டிக் கொளுந்தில்
நம் முதல் ஸ்பரிஸம் விழவேண்டும்.

✦

தரையில் விழுந்த
நிலவின் வாளிப்பை அள்ள
உன் தோள்களில் முகாந்திரமிடவேண்டும்.

✦

குழந்தையின் அளைதல் போன்றதுன்
விரல்களின் கோல ஓட்டத்தால்
என் நிலவுகளை
சிறுகச் சிறுக மீட்டெடு

✦

பாதப் புகழுரை

கொத்து மலர் அவிழும்
அற்புதங்களின் பள்ளத்தில்
அணியிலக்கணம் கொஞ்சி
குளிர் குடிக்காவிட்டால்
ஊதை புகுந்து
மெல்ல ஒளிந்து குளிர்ந்த
உள்ளங்கால்கள்
எதற்காக!

◆

பாதம் பொதித்தெழ
உன் பொன் மார்பிருந்தால்
பசிய புல்லில் பனியும் வேண்டாம்
பாய்ந்தாடப் புனலும் வேண்டாம்
வெட்டவெளி நிலவைப் பார்த்து
வட்டமிட ஒரு வெளியும் வேண்டாம்.

◆

அண்ணாந்திருக்கும்
தம்புராக்களிலெல்லாம்
உன் அழகை
நீட்டி உறங்கும்
உள்ளங்கால்கள்.

◆

முயலாட்டம் குதிக்கால் கண்டு
முத்த முகாமிட்டு
பாதக் குழிகளில் நுழைந்தால்
இரு பூ இதழ் நடுவிலே
கற்பூரம் கொளுத்திய வாசம்.

◆

பாதப் பெருவிரலால்
என்னிரு புருவம் சீர்செய்து
நெற்றிப்பொட்டில் நிமிர்ந்து நின்று
மையல் நெஞ்சம் வாழி
என்று வாழ்த்திவிடு போதும்

◆

குளித்த
உன் பாதங்கள் நனைத்துச்செல்லும்
வீட்டின் தரைத் தடமாய்
மௌனித்திருக்கிறேன்.

◆

கொலுசு அணியச்சொன்னால்
தேகம் முழுக்க
கொலுசின் ஸ்பரிசம்
அணிவித்தவன்
பின்பாதத்தில்
ஒரு புதுக்கவிதைக்கு
மரபுமுடிச்சுப் போட்டான்.

◆

குளிர்ந்த நீரை
குடைந்து ஆராயும்
உன் பாதப் பெருவிரலின் லாவகம்
என் நெஞ்செனும் மையம் தொட்டு
ஒரு நேர் நதியினை வரையவல்லது.

◆

நள்ளிரவுக் கடிகார ஓசையிலும் கனமானது
வலது இடது பாத விரல்களை
உயர்த்தி நீ ஸ்பரிசித்துக்கொள்ளும் ஓசைகள்.

◆

இதோ உன் இதழ்களுக்கு மோட்சமென்று
கனிவாய் உன் பொற்பதம் உயர்த்தி தருகையில்
சென்னியது உன் கர்வம் என்றறிந்தேன்.

◆

குதிக்கால்கள்
எம்பிக்கொடுத்த
நெற்றி முத்தத்தில்
எழுந்த கொலுசின் ஓசையை
தாய்மடியை முட்டி அணையும்
கன்றின் கழுத்து மணிச்சத்தம் வந்து
தழுவிக்கொண்டது.

◆

நதியின் அலையோசையைப் பணிந்து கேட்டபடி
நீ மடித்து ஊன்றிய பாதத்தின் ஐந்து விரல்களாலும்
மண்ணை இறுக்கித் திரட்டி
இரு மோகனத் தூண்டில் போட்டாய்

கட்டிவைத்திருந்த
ஒற்றை மனத் தெப்பத்தின் முடிச்சை
மிருதுவாக அவிழ்த்துவிட்டேன்
இரண்டாவது மெட்டித் தூண்டிலில்
வேண்டுமென்றே மாட்டிக்கொண்டேன்.

◆

ஓர் நாள்
நெய்த்து மதுரித்த
உன் கூந்தல் கோதி
நான் நிலவுலாவிக் கிடந்தபோது
நீ வெடித்த பூக்கள் உதிரித்து
மேகப் பிளவிடையில்
குளிப்பித்த பாதங்களோ?

◆

உன் கால்கொலுசின்
மினுக்கம் விழுங்கிய நீர்த்துளியும்
என் தொண்டைக்குழிக்குள்
அமிர்தமாடும்.

◆

நேசத்திரட்டு

முகம்தொட்டு
அகம் பயின்று
மூலை இதழில்
முத்தமிட்டு
அனலடிக்கும்
அகல் மடிதனில் ஏறி
உன் சினம் முடித்து
ஒரு திரட்டெழுதி
தருவேன்.

◆

பூக்களின் கீழே நின்றுகொண்டு
முகத்தில் நிழல் ஏந்தி மணக்கும்
அதிசய எத்தனிப்புகளுக்காக
எந்தன் சூரியனை எரித்திருப்பேன்

◆

உலராத வார்த்தைகளால்
இறைஞ்சுமெனக்கு
உன் செவியுண்ணும்
சிறுகாமம் போதும்.

◆

உந்தன்
இராத்திரியின் அழகினை
காமத்தினால் கண்ணடித்து
புன்னகையால்
பார்க்கும்போதெல்லாம்
பூவிலிருந்து அரும்பும்
கன்னத்தின் காம்புகளை
கண்மணியால்
வருடிக்கொண்டு
உறங்கத் தோன்றும்.

◆

நீ பூக்கள் சூடும்
சாயங்கால வேளையில்
சட்டென உயரங்கூட்டும்
அந்த இடையழகின்மீதேனும்
என் நினைவு வந்து
வாழ்த்தியிருக்கட்டும்

◆

முத்தம் ஏந்த மறுக்கும்
விளையாட்டு பிள்ளையாய் நீயும்
நீ சாய்ந்து நகர்ந்த சுவருக்கும்
முத்தமிட தெரிந்த
கவிஞனாய் நானும்

◆

பொருளேதுமற்ற
ஒரு மல்லிகை பந்தலை
மிக எளிதாய் எழுதிடுவேன்
அதற்கொரு
குளிர் வண்ணம் தருவிக்கவே
மீண்டும் உனது வரவை எழுதுவேன்

◆

நார்பிளந்து
தன்னை அள்ளச்சொல்லும்
பொல்லா நறுங்கிளை பூக்களின்
நலம்பேணவேண்டும்.

◆

நூலக அடுக்குகளில்
அவள் மார்புக்கெட்டும் உயரத்தில்
யாருமறியா அந்த அறிவின்
வெப்ப அடுக்கில்
மெல்லச் சுடர்ந்து
அழியுமென் காமம்.

◆

மோதிர விரலுக்கு
இதழ் வளையமிட்டு
இரு விழி பார்த்து கிடக்கும்
அன்புச் செயலெதுவும்
பண்பாட்டுச் சடங்கில் சேராதா!

✦

உன் உள்ளழகுத் திறன் ஆள
ஓர் உரையாடலென்ன?
ஒரு நாளினை பிளந்து
அதன் வெகுளி வேர்களையெல்லாம்
உலுப்பிவிடும்படி
நல்ல கதையாடல் களம்
அமைப்பேன்.

✦

மெல்ல சிரிக்கையில்
உந்தன் பற்களுக்குள்
பட்டு பொரியுமந்த
இதழ்நீர் குமிழ்களின்
ஓசையிலும்
தூயது என் காமம்

✦

கட்டிலில் கிடக்கும் புத்தகத்தின்
நூறாவது விரிப்பில்
ஓர் ஒற்றை கொலுசை
பக்க அடையாளமாய்
வைத்து இரசித்தோம்.

◆

நீ செலுத்தும்
ஓடப்பாதையெங்கும்
இருகரை பூக்காடுகளை
உழுதுநடவேண்டும்

◆

சிரிக்கும் தையல் பெண்ணின்
கால் அழுத்தம்போல
அழகான நினைவூக்கங்கள் தந்து
அடிநெஞ்சில் ஊன்றுகிறாய்

◆

பச்சை நரம்புகள்
தேடி அமரும்
இதழ்களும்
ஒரு பட்டாம்பூச்சி
அம்சமன்றோ

◆

பியானோ மீது
இரண்டு விரல் கொண்டு
உனது கருப்பு வெள்ளை கனவுகளை
படர விட்டிருக்கிறாய்

உன் விரல்கள் தடைப்படும்படி
அதன்மீதொரு
பனி ரோஜாவை வைப்பவன் நான்

◆

மழைதரும்
மோகம் நேசிப்பவன்
உன் வீட்டின் போகன்விலா பூக்களுக்காக
வெயில் காய்க்க காத்திருந்தேன்

◆

பார்ப்பது
அவள் உள்ளங்கை அழகு
என்றாலும்
சிறு திரிவிளக்கின்
வெளிச்சம் வேண்டும்.

◆

என்னை ஊற்றுவதென்றால்
காலை இளஞ்சூரிய வெளிச்சத்தில்
ஆவி எழும் தேநீராய் ஊற்று

என்னை உருக்குவதென்றால்
உன் புத்தக பக்கத்தை
என் மெழுகு உருகும்வரை
திறந்து வைத்திரு

◆

காலை சிறுகுளத்தில் நகரும்
வெள்ளை முகிலின்பம்
எல்லாம் அவள்

◆

பைன் மரத்தை கொத்தி நிற்கும்
சிவப்பு கொண்டை மரங்கொத்தியின்
அழகு கிடக்கட்டும்

அதை வாய் நிறைய சிரிப்போடு
புருவம் உயர்த்தி காட்டி மகிழும்
உன் குழந்தை அழகில்
பறவையினமே
புதுச்சிறகு எடுத்தது போ

◆

பறவையின் ஒலித்தெறிப்பை திரட்டி
கூர்மைசெய்து
வண்ண வானவில்லை துளைத்து
காதல் நெய்வோம்

◆

உன் பெயரை
உச்சரித்தே நடந்தால்
பொருள் ஆசை நுழையா
மலைக்கிராமம் ஒன்றை
கண்டுபிடித்துவிடக்கூடும்.

◆

சுதர்ஷன்

குழல் ஊதும் தோரணையில்
உன் கைகளை பிடித்து முத்தமிடுகையில்
படபடக்கும் உன் பட்டாம்பூச்சி விரல்களின்
மென்பாரம்கூட தாளவில்லை.

◆

"உன் இரசனைகள் பிடிக்கும்" என்று
நீ சொன்னதை விடவும்
உன்னையும்
ரசிக்க வைத்துவிடவேண்டுமென
நீ எடுத்துக்கொண்ட
பிரயத்தனங்கள் மீது
காதல் எனக்கு

◆

பறித்துக்கொண்ட
அத்தனை உயர்வான மலர்களையும்
சாமிக்கு வைத்துவிடும் ஓர் அழகிக்காக
வாய்மூடி அழும் மொட்டுகளின் சலசலப்பில்
உன் பெயர் கேட்கிறேன்

◆

காற்றும் முகராத
விரலிடை பற்றுதல்கள் போதும்
உன்னோடு உலாவுவது
வெறும் எண்ணக்காடுகளாக இருந்தாலும்
எனக்கு சம்மதம்தான்.

◆

புகைப்படங்களை காட்டி
இயற்கையை மலைத்ததாய்
சாதிக்கிறாய்!
ஆனால் நீ
காற்றில்
மலையை மணக்க
எத்தனித்ததை சொல்ல
என் கவிதை ஒன்றுதான்
இருக்கிறது.

◆

கன்னத்திலிருந்த
விரல்களின் கற்பனையை
கழுத்துவரை
அவள் கட்டியிழுக்கும் அழகில்
மண்ணும் சிலபொழுது வேர்ப்பதுண்டு

◆

காதலென்பது
என் அலைவரிசையில்
உன் அமர்வு
சாய்வு
துள்ளல்
எல்லாமும்
உனக்கு
மிகப்பிடித்த
பாடலொன்றாய்
நிகழும் அதிசயம்.

◆

புத்தகமாய்த் திறந்திருக்கும்
நிர்வாணத்துக்கொரு
மேஜை விளக்கு தருகிறேன்
பக்கங்களைப் புரட்டுவது பழசு
இன்றெந்தன்
ஒளியை புரட்டிப் படி.

◆

வாய்மடுத்தல்

உரையாடு!
முத்தமென்பதே
உன் வார்த்தைகளை நான்
வாய்மடுத்தல் தானே!

◆

வேறென்ன!
உன்னை வாக்கியமாக
கருதிக்கொண்டு
அடைப்புக்குறிக்குள்
'முத்தம்' என
எழுதிவைக்கலாம்.

◆

ஓர் கூற்றுப்பிழையும் நேரவேண்டாமென
சேகரித்த வார்த்தைகளே
நல்ல முத்தத்தில் அவிழும் மொழிமுடிச்சு.

◆

*சா*மந்தி தோட்டத்தின்
மஞ்சள்வெளி மேலே
வெள்ளைச் சந்திரனொளி விழுதல்போலே
இதழ் புன்னகை முத்தங்கள் யாவும்
அமைந்தாலென்ன?

◆

உன்னை முத்தமிட
மெழுகுதிரி வெளிச்சம் பட்ட
காகித வண்ணத்தில்
ஓர் இரவு செய்யவேண்டும்

◆

கட்டில் உரையாடல் என்பது
ஒவ்வொரு வார்த்தைக்கும் இடையில்
முத்தப் புள்ளி வைத்து
தனி வாக்கியமாக சுவைப்பது

◆

விழாக்கோலம் பூணும் வானத்தை
ஒற்றை கண்ணால் பார்த்தபடியே
முத்தங்கள் பரிமாறிக்கொள்வோம்
அதில் ஒரே நிறத்தை தேர்ந்தெடுக்கும்
ரகசியங்கள் கற்போம்.

◆

எரியுமுந்தன் எண்ணக் கனிமங்களை
பட்ட மரத்தில் துளிர்க்கும் ஒற்றை தளிர்போல
மிகமெலிதாய் ஒரு முத்தம் தந்து
வாங்கிக்கொள்ளும்வரை
உன் மதியெனும் வேரினில் எழுதிய
எனது பெயருக்கு
கள்ளமாய் எந்த உறவுமுறை வேண்டுமானாலும்
இட்டுக்கொள்.

◆

அணியிலக்கணம்

உனது ஆடையின்
பொன்னிழைகளில் ஒன்றை அவிழ்த்தாலும்
கஸல் எழுதிய காகிதம் மீது
குங்குமச் சிமிழை
கவிழ்த்து விளையாடுகிறது காற்று.

✦

உந்தன் மிதவாடை கூந்தலின்
சூடு தின்று
திருநாவுண்ண மகிழ்ந்தாடும்
இரு மஞ்சணத்திப் பூந்தோடு.

✦

முதல் ஆடை ஞெகிழ்தலில் துளிர்த்த
சீமைக் காசாம்பூத் தோள்களில் நின்று
ஒரு கானகம் அவிழ்ந்தது.

✦

மூக்குத்தி கீறலின்
ஒருதுளி கழன்று விழுந்து
மூன்றாம்பாலின் வண்ணம்
மாற்றவேண்டும்.

◆

ஆடை எதுவுமின்றி
நீ ஆபரணம் சூட்டும் அழகெலாம்
மாலைச் சூரியன் வருகையிலே
அந்த மாந்தளிரில் தோன்றும்
மாட்சியன்றோ!

◆

நகுதலும்
நகுதலின் பொருட்டும்
நிகழ்பவை யாவும்
நன்றாக நடக்கவே
ஆடை இலக்கணம்
அறிந்து மீறு.

◆

உன்னுடல் சேர்ந்த
ஆபரணங்களையும்
உயிரின் உண்ணுபொருளாக்கி
அழகுபார்க்கும் காமம்.

◆

பொன் மின்ன
தீயிருந்தால்
ஆபரணம் தழுவிய
நிர்வாணம் அழகு.

◆

மழலையின் தத்தலும்
மழைக் குழாமும்
சேர்ந்ததுபோல
ஓர் அற்புத மோகம் செய்யும்
உந்தன் ஆபரணங்கள் யாவும்
என் ஆவி தழுவி
தின்னுதல் தகுமோ.

◆

ஜரிகை போர்த்திய
இருதோள் அழகொடு
நீ செய்த
ஆடை மறுதலிப்புகளை எல்லாம்
இவ் விரலிடைக் காற்றினில்
கண்ணியமாய்
விளம்பிக் கோர்ப்பேன்.

✦

மஞ்சள் வெயிலில் கூவும்
குயிலின் கூவலை வாங்கி
பொன் ஒளியூட்டித் தருகிறேன்

உன் வெஞ்சினமெல்லாம் தீரும்படி
மார்பில் குளிப்பாட்டி
வேட்கையில் வைத்து வாட்டி
என்னை ஆபரணமாய் உருக்கி
உருமாற்றிக்கொள்.

✦

மெட்டியணியும்
உன் முன்பாத விரல்களை
ஒரு குங்குமக் கிண்ணத்தில்
தோய்த்தெடுத்து
என் மார்பில் ஊன்றியும்
உதறியும் நடந்திட்டாலென்ன!

✦

ஆடையின்
அல்லாட்டத்தில்
அழகுக்கு
வலது இடதென
துடுப்புப் போடும்
உனக்கு
ஓடக்கரையில்
ஒரு குடையாய்
பிறழ்ந்து
நீ பிரியப்பட்ட
கவிதைகள்
கிளத்துவேன்.

✦

சூடி ஆடுதல்

அமளியுற்ற ஆழி அவள்
அடிமடியில் சூரியன் அவன்
தீ மூச்சின் நடனத்தில்
ஒரு கவிதைப் பெருமுயக்கு

◆

கடிமலர் நறுக்கி
நாறுங் கூந்தல்
கானகத்தில் இடுக்கி
விண்ணென விரியும்
போதின்வாய்
என்னைச் சூடி
ஆடுவையோ
மதுமலரே !

◆

நான்
அந்தியை அளாவி
உண்ணத்தானே
சூரியனைக் கழுத்தில்
புனைந்துகொண்டாய்.

◆

நீ சூடிக்கொள்ள
ஒரு நீர்ப்பூவை
பறித்துத் தருகிறேன்

அதோடு
பொய்கையை பலமுறை அலம்பித் திருகிய
என் கைகளின் இலாவகத்தையும்
சேர்த்துச் சூடிக்கொள்வாயா.

✦

நான் குறிஞ்சிப் பாட்டுடைத்து
நித்தமொரு புழகு மலர் சூட்டாவிட்டால்
மலைச் செருக்கோடு
நீ வளைந்து நிமிரும் அழகெல்லாம்
வீணே துவண்டு மாளாதோ!

✦

வெற்றுத் தீண்டல் சுலபம்
இதழின்
கேளிக்கையும் கேவலும்
கலகமும் கண்டு
கொடியோடு கூடிக் கிளைத்து
தவமிருத்தல் கடினம்.

✦

ஆடையின் முதற்பொருள்

வளைந்த இடையோடு
பொருந்தி வருடவே
தண்டோடு தாமரைகள்
மலர்வது கண்டேன்.

எண்ணங்களால் நெருடி
பார்வைகளால் பாராட்டி
கருத்தின் கிடங்குகளில்
கொளுந்துவிட்ட
காமமதைப் பாராட்ட
மார்பெங்கும் விளாசும்படி
விளிம்பெங்கும் ஆவி துளிர்க்கும்படி
நெட்டுயிர்த்தெழும் அழகையெல்லாம்
அள்ளி நான் மெல்லச் சூடிக்கொள்ள
மிகக் கருவத்தோடு
நீ களையும் முதல் ஆவரணம்.

✦

கால் மீது பின்னங்கால் இட்ட
அவள் கர்வக் கனவுகளின்
மடிப்பில் உருண்டோடும்
அந்த ஒற்றைக் கால் வேர்வைத்துளி மீதெந்தன்
யௌவனம் சூட்டி நிமிர்வேன்.

✦

தமிழ்க்காதலி

காதல் சோலையிலே
இயலென மலர்ந்தாள்
இசையென இமிர்ந்தேன்
இன்னா நாற்பதுக்கும்
இனியவை நாற்பதுக்கும்
இடையில் எனை கிடத்தி
இன்ப நாடகங்கள் சொன்னாள்
எந்தன் ஆசை முத்தமிழச்சி.

✦

கவிநயக் குடைக்குள்ளே
ஒரு குறிப்பெழுதக் கூப்பிடு
நீ நயந்து உவக்கும் வார்த்தை யாவும்
நிவந்த மேனியில் நிழலென விரியட்டும்.

✦

கற்றை வண்ணக் குழல் உளரி,
பின்னே ஒற்றை வண்ணப் பூச்சூடி
சுட்டுவிரல் சூட்டினால்
தமிழ் நட்டுவைத்து நயக்கும்
அழகல்லவோ அவளுக்கு!

✦

தீண்டும்வகை
செய்தல் காமம்
தகிக்கும் தமிழில்
தக்கது எதுவென
சொல்லச் செய்தல்
மிகுகாமம்.

✦

தெள்ளு தமிழ் நடைகொண்டு,
இதழ் விள்ளா நறும் போதுடைத்து,
நான் புகலாத் தமிழனைத்தும்
பஞ்சணையில் புகழ்ந்திட உதித்தனையோ?

✦

அவள்
இமிழ் கடல் தின்ற
குமரித்தமிழ் அல்லவா!

✦

ததைத்த தனங்களும்
தளவ மலர் புரளும்
தங்கத் தோள்களும்
மதர்த்த மேனியும்
அதை முத்தி முயங்கிடும்
இளந் தென்னலும்
நெரித்த குழலும்
அதை நெகிழ்த்தி அள்ளிட
நோக்கும் இருவிழியும் நீர் வார்க்க
உயிர் உருவி
உணர்வில் தமிழ்த் தெப்பம் சுழல
கருவிழி சுழல
நான்கு கண்ணும் இமையா வண்ணம்
சிறு பார்வை ஒன்று தந்திடு போதும்.

✦

மையல் மகளுக்கென
எழுதும் இயல் யாவும்
வெறும் மெய்யில் எழுதி ஆராது.

✦

பாரதி மொழிந்த
வட்டக் கரிய விழியோ
பாடம் படித்து நிமிர்ந்த
பாரதிதாசன் பாட்டோ
எழு நிலா மேனியில்
விழு நிலாவென வளரும்
தமிழ்க் கலைநிலா
கவியரங்கம் அவள்.

◆

நீரின் நாவினால்
மலரை நூறுமுறை நுணாவும்
நின் தமிழ்ச் செய்யுளின்றி
ஆறாது இவள் அழகு.

◆

மையல் கொஞ்சி
மதியிழந்த வேளையிலும்
இழுத்தழைத்துச்
சொல்லவேண்டும்
'தமிழ் படித்த
நாகரிகம் உனக்கு'

◆

ஆளற்ற கடற்கரையில் தோன்றும்
அதிகாலை நிலவு
வணிகம் தேடி
நீரற்ற பாலையைக் கடந்த
வண்ணச் சேலைகளின் நினைவு
கூடற்ற கிளிகள் கொஞ்சும்
குறிஞ்சிப் பாடல்
பெண் மோகமுற்ற காளையர் மயங்கும்
மருதப் பாயல்
கொல் ஏறு தழுவிக் கூடிய
காதல் மஞ்சம்
கன்னியர் மார்கிளரப் பூத்ததொரு
முல்லைத் தேகம்
கொழுவால் உழுது உயர்ந்தது
செல்வவளம்
பெண்ணழகை ஏர் எனச் சொல்லிச் சொல்லி
உயர்ந்தது தமிழ்ச் சொல்லின் வளம்.

◆

கண்கள் நெருங்கிப் பார்த்தபடி
'எழுது' எனச் சொல்வது
கவிதை அறிந்தவள் செய்யும்
மிகச்சிறந்த பரிபாஷை.

◆

அவள் தமிழ்ப்பாட்டு

அந்தி வானில் முளைக்கும்
மகரந்த வெயிற்காடு
முந்தி நிற்குமவள் மலரோடு
தூறிடப் பூத்ததொரு புகழ்ப்பாட்டு
பொதிகைப் பண்பாடி
மறையும் மலையூற்று
அவள் தென்பாண்டிச் சேலை
சூடிய தமிழ்க்காற்று.

◆

உன் தமிழையெல்லாம்
ஒரு செந்நெல் கொத்தித் தின்னும் கிளிபோல
கழுத்தோடு கொத்திக் களவாடுவது
அமுத வரமாகும்.

◆

விழித்திட்ட நள்ளிரவில்
நீர் எட்டித் தொட்ட
குறிஞ்சிப்பாடலின் சுவை யாதென்றாள்!

நிரம்பி வழியும் நீர்ச்சுனை
மலைக்குகை வாசலில் இடும்
வெள்ளித் தாழ் அழகு என்றேன்

அதில் வெள்ளி மினுக்கம் செய்வித்த
சூரியப் பாராட்டு உனதல்லவோ என்றாள்

தாகம் கொண்ட உயிரின் நா செய்யும்
நீர்ச் சந்தம் பிடித்தமென்றேன்

நெடுநாள் தவித்திருந்த தாமரைச் சந்நிதியும்
தொழுது களித்தவன் நீயல்லவோ என்றாள்

கானகத்தின் மையத்தில் எழும்
பறவையின் புணர்ச்சி ஒலி பிடிக்குமென்றேன்

மலைக்கோயிலின் மணி எழுப்பாமல்
கடவுளையும் காத்திருக்கச் செய்குவையோ என்றாள்

மலைக்காற்று வந்து மோதும்
பின்னங்கழுத்து மந்திரங்கள் பிடிக்குமென்றேன்.
எது! மீண்டுமொரு பாடல் புனையும்
பிரயத்தன மந்திரமோவென
கன்னத்தில் ஒரு கனவு சுருங்கச் சிரித்திட்டாள்.

◆

கவிதரு சொற்சுவையும்
பொருட்சுவையும் அல்லேல்
அவள் காமம் எழுதாள்.

✦

புங்கையும் வேங்கையும்
குழைத்துச் செய்த
கொங்கை நிழலடியில்
கிடக்குமென்னை

கற்கையும் காமமும்
புல்லிப் புழுங்கா
உந்தன் மதியடி வாரத்துக்கு
கொஞ்சம் இழுத்துப்போ.

✦

மோகக் குரலின் மிரட்சி பூக்க,
உந்தன் செவிக் குழை விலக்கி
திருத்தமிழாற்றுவது திண்ணம்.

✦

அவள் தமிழ் நிறத்தினாள்

காலைக் கருக்கலில்
மங்கும் பனிமதியில்
சோலைச் செருக்கில்
வண்டு சுழன்று ஞிமிறும்
ஞால ஒழுங்கில் எல்லாம்
நாளும் உந்தன் பேரழகு புலருமடி

விரியும் மலரில்
தோயும் பனியில்
தென்றல் அணவும் காரியத்தில்
அமுதமாய் முத்தி விழும் மதுரம் அள்ளி
உன்னை தமிழால் மட்டும்
தொழுதிருப்பேனோடி

◆

உள்ளங்கைச் சொற்களின்
வெப்பகுணம் வாங்கி
உந்தன் தமிழ்த் திணையில்
வைத்துச் சஞ்சரித்திரு.

◆

புத்தியில் கனிந்த
கலித்தொகைப் பாடலொன்றை
உந்தன் செவியில்
செந்தூரம் ஊறும்வரை
உரைநடையாய்ப் புணரவேண்டும்

✦

புலவர் சொல்லும்
கழனிச் செந்நெல்லும்
குழைத்துக் குடித்த
பனங்குடைக் கழுத்தில்
பதநீராய்த் திரளும் ஆசை.

✦

நெட்டழகும் வாள்விழியும் கண்டு
நீள்மொழி பேசி
வித்தகஞ் செய்திடவொரு
தமிழ்க் காதல் வேண்டும்.

✦

உயர் கவிதை வாசிக்கும்
அரிய கலை அறிந்தால் சொல்
ஆற்றா நல்லறிவினைத் தேற்ற
என்றும் தோற்காத தமிழை
வார்த்திருத்தல் வேண்டும்.

✦

புறம்சேர்ந்து எழுதுகையில்
அகம் ஊறும் எழுத்துகளை
நீ கண்மூடி உச்சரிக்கும் அழகு
தமிழுக்குப் போதும்.

✦

அவள் உள்ளத் தணலில்
மொழி ஊதி
கடும் உள்ளழகை
கொளுத்தவேண்டும்.

✦

சொல்லணியும்
பொருளணியும்
எங்கும் சொல்லா
புகழணியும் புழங்க வா.

✦

மரபுவழி வந்த
உன் ழகரங்களை
என் பவித்திரப் பாடலெங்கும்
தொட்டுச் செழுமை செய்வேன்.

✦

தாமரைப் பாடலொன்று
இயற்று என்றாள்
ஆறில்
நாவளை வருடொலிப்பு கொண்ட
தமிழ் வார்த்தைகள் தேடி எடுத்தான்.

✦

பற்கள் பட்ட இடமெல்லாம்
கொட்டிக்கிடக்கும்
உன் முத்தான தமிழ் எல்லாம்
ஓர் இங்கித வல்லினத் திரட்டு என்றுரைத்து
கழுத்தெங்கும்
ஒரு மெல்லின முத்துவடம்
செய்து முகிழ்த்து.

✦

தலைகோதல் என்பது
பத்துக் குறும்பாக்கள் இயற்றும்
சிருங்கார மேடை என்றாலும்
சற்றே கீழிறங்கிக் கீறும்
உன் மோதிர விரலே
இன்னமுத வாழ்த்தாகும்.

◆

பள்ளிக்குழந்தைகள்
ஒருமித்து ஒப்பிக்கும்
தேவார சந்தம்போல
முத்தாடும் உன் சிரிப்பு.

◆

விடைத்த இருபுருவம் தொட்டு
குழல் இழுத்த காமமும்
பிளந்த பிடவ மலரெடுத்து
புறத்தே சூட்டிய காதலும்
தமிழ் இறுத்த இதழின்
திண்ணையிலிருந்து
என்றும் கவிவடித்துக் காத்திருக்கும்.

◆

மெய் பாராட்டு

நாட்காட்டி கிழிக்கும் விரல்களால்
நீ பிறந்த எண்ணை மட்டும்
கொஞ்சம் வருடிக்கொள்கிறேன்.

◆

தீண்டும் உரிமை மட்டும் கொடு
முகிலொடு நிலவு
பரிகாசம் செய்யும் பொழுதில்
உன்னை திடுமென திறப்பது
என் பொறுப்பு.

◆

காமமென்றால்
பனி விலகா
கரும்புக் காட்டில்
குனிந்து எழும்
சூரியன் போல
கணுக்களெங்கும்
கதிர்த்துக் கட்டு.

◆

கொங்கலர்ந்த மலரெலாம்
மேவி அழற்றுஞ் சூரியனை
ஒரு மந்திரஞ் சொல்லி
அணைக்கத் தோன்றுதடி.

◆

முரற்சியுற்ற நதியின் விளிம்புகளால்
சின்ன அல்லியிதழ்களை மட்டும்
மலர்த்திக்கொடு
முனகலுற்ற காற்றழுத்தம் ஏவி
கரைகளை கவ்வி மேவியிருக்க
அது போதும்.

◆

தேன் வார்க்கும்
புலரிப் பூவின்மீது
கொடிதழுவித் துழாவிடும்
தென்னல்போல
காதலான காமம் வேண்டும்.

◆

புருவம் நனைக்கும்
முத்தப்பொழுதில்
கழுத்தில் நழுவும் இமை
காதல்.

✦

சொாற்கயிறு கட்டியுழ
சிவந்திட்ட மேனியெழுத
மையுள் ஒற்றியெடுத்த
மயிலிறகின்
பிடிமானம் தேடும் விரல்கள்.

✦

ஒரு கற்புக்கிடமில்லை
களங்கமுமில்லை
எவரும் தீண்டாத
தீண்டமாட்டாத
இடங்களில்தானே
கவிதை மெல்கிறாய்!

✦

மையாப்பு மொழி எழுதும் விரல்கள்
ஐம்புலன்களை வருத்துமென்றால்
மருமத்தில் இமையிடவா

◆

கற்பனைக்காரன்தான்
கண்களை மூடிக்கொண்டால்
அதிரல் கொடியை உதிரத் தழுவும்
தென்றலின் விரல்களைக்கூட
வாங்கி வருடுவேன்.

◆

'**என்ன** எழுதுகிறாய்' என்றால்
என்ன சொல்லமுடியும்!
நீ கழுத்தை தீண்டும்
காரண காரியங்களுக்காக
இப்படி கவிதையால்
விசிறவேண்டியிருக்கிறது!'

◆

குழலரங்கம்

உறங்கிப்போன அவள் அழகின்
முதல் நிமிர்வுக்குப் பரிசாய்
கூந்தல் அலையும் பள்ளத்தில்
கனிந்து விழும் முத்தச் சந்தத்துக்கு
பள்ளியெழுச்சி என்று பெயர்.

◆

வாசல் நீர் தெளித்து
வக்கணையாய் சாய்ந்து வளைந்திருக்க
வயதுகளாய் வளர்ந்த மமதையெல்லாம்
கூந்தலின் கைகள் உலைந்து உரச
தன்னை ஒரு கோலமாய்
வரைந்துகொண்டது.

◆

பின் பூமரக் கழுத்தில்
கழன்று கலைந்து
முக்கால் வட்டமிட்டு
நிலம் புடைத்த
முன்கழுத்து வேர்த்தண்டை
முன்வந்து போர்த்திக்கொள்ளும்
கூந்தல் கைங்கரியமெல்லாம்
சொல்லும் செய்தியென்ன.

◆

முகமது மூடி
கொழுமணிக்கூந்தல் வாரும்
மார்பொரு வாத்தியம்

மறைபொருள் தேடி
கருமணியில்
விழுந்து நிகழுமொரு ஜலதரங்கம்

காற்று வலிசெய்தும்
கிழிவதில்லை
ஒரு கவிதையின் கொற்றம்

கட்டிலின்
ஈற்றுவரை சென்று
இதயம் துவைக்கும் அவள் குழலரங்கம்.

◆

நிழலாடும் மண்ணிலும்
வார் குழலும்
அது மூடிய சீர் முலையும்போல
இரு வண்ணங் குலைந்தாடுதடி.

◆

சுட்டுவிரலால்
நீ சுற்றிச் சுகித்திருந்த
உன் கூந்தல் இழையின்
மொத்தத்தையும்
என் உள்ளங்கையின்
ஊறு சுவை காண
உயிர்ச் சுருளென
பற்றியிருப்பது எப்போது!

✦

கூந்தல் மேவி உதிர்த்த சொற்களை
அவள் அள்ளி முடியும் காலை அழகுக்கு
இரட்டைக் குயிலின் ஓசைகளையும்
மிச்ச விண்மீன்களையும்
எழுதித் தரலாம்.

✦

கூகை குழறும் கானகத்தில்
தன்னொளியை
கீறி நடும் நிலவினைப்போல
கார்கூந்தலுக்குள்
சிறு இதழ்மொழி கிளத்தி
களித்திடவேண்டும்.

✦

கொழுத்த கூந்தலுள்
வியர்த்த காமமெல்லாம்
தன்னுள் தான் அவிழ்ந்து
தளை அவிழ்ந்து
அலை அலையாய்
தாழ்ந்துவரும் அழகையெல்லாம்
மண்ணாய் ஏந்தித் தின்றிடிலும்
தீராது இந்தத் தாகம்.

◆

பின்னிய கூந்தலை
பின்னால் வளைந்தபடி
பிருஷ்டம் வரை
தாழவிட்டுப் பார்க்கும்
பெண் ஆசையை
கண்டு தொடுவதில் இருக்கிறது
அழகின் உச்ச ஆராதனம்.

◆

கூர்வாளென
உந்தன் கூந்தல் உருக்கி
சின்ன வாள் உறைபோல்
எந்தன் உள்ளங்கை
சமைத்துக்கொள்வேன்.

◆

ஆளுயரச் சோலையிலே
அகமும் புறமுமென
மலர்ச் சொரிய
குதிரைக் குழாமென கூந்தல் நகர
பாதி தேன் குடித்த மயக்கத்தில்
எழுந்தாடும் மணிவண்டானேன்

◆

மென் குழலடுக்கில் சிதறிய
வெண்தோட்டு மல்லிகையும்
நின் மார்பணிக்குள்
இடறி உருளும் நல் முத்தும்
உன் பெயரின் ஒரு பாதி அழகை
உச்சரிக்கக்கூடும்.

◆

இரட்டை ஊதுபத்திப் புகை எழும்
இளங்காலை இருளில்
கூந்தல் கலைத்து இப்படி நிமிராதே
செல்லத் தணலிரண்டும்
சூரியனாகத் தோன்றுதடி.

◆

கூந்தல் இழை ஒன்றிரண்டு
ஒட்டிக்கொண்ட
தோள்களின் ஈரத்திலே
கோடி நட்சத்திர பாரத்தை
பொத்தி வைத்தேன்

நீயோ
ஒற்றைத் திரும்புதலில்
அத்தனையும் கோர்த்தேடுத்தாய்.

◆

நீ மெல்லென மலர்ந்து
இம்மென இலிர்க்கும்பொழுதெலாம்
கொழுத்த கூந்தலிட்டு
கொழுதி ஆலும் விரலிடுக்கில்
நள்ளென ஒலிக்கும் நடுச்சாம
இருள் பிடிப்பேன்.

◆

தழலின்பம்

நூலக அடுக்குகளில்
அவள் மார்புக்கெட்டும் உயரத்தில்
யாருமறியா அந்த
அறிவின் வெப்ப அடுக்கில்
மெல்லச் சுடர்ந்து அழியுமென் காமம்.

◆

உன்னைக் காதலிப்பதாய்
யாரும் சொல்லட்டும்

ஆற்று நீரறுத்த மணல்போல்
கனிமொழியின் சொற்சுகம் யாவும்
கீறி அறுத்திருக்கும்
வரிக்கழுத்து வாசம்வரை
கேட்கும் காமம் என்னிடம் உண்டு

◆

சிறு கவளம்
சேலை உண்ணும்
செருக்கல் இடையின்
ஓரம் போதும்.

◆

நான் கொண்டது
வெறும் கைகோர்ப்பு
பயணங்கள் தரும்
காதல் அல்லடி கண்ணே

விரல்களின் மொளிமீது
பெருவிரலை ஆன்று நடத்தும்
பொல்லாத ஆசையடி பெண்ணே

◆

சொற்களால்
கொட்டித் தழுவிச் செய்யும்
கழுத்துக் கலகங்கள் எல்லாம்
கவிதைக் காமத்தில்தான் சாத்தியம்.

◆

கண் பார்த்துக்கொண்டே
அடைக்கப்படும்
கதவோரத் தாழ்கள்
காமத்துக்குப் பிடித்தம்.

◆

தேநீர்க் கோப்பையின்
விளிம்பெங்கும்
மெதுவாய்ச் சுற்றிநகரும்
உன் சுட்டுவிரல் விரகங்களையெல்லாம்
எனக்காக முடிந்து வைத்திரு.

◆

இதழ்களை தொலைத்த வேகத்தில்
மூக்கின் முன்வளைவில்
மிதந்து வீழ்கையில்
நாடி உண்ணும் அமுத முத்தத்தை
உன் கண்ணீர் தழுவி வாழ்த்தட்டும்.

◆

கிழங்கை பறித்த பின்னும்
வேரில் சுரக்கும் மண்வாசம்போல
குளித்து முடித்தபின்னும்
அவள் ஆடை துருவும்
நீரின் வாசம் யாவும்
முகராமற் போனால்
அதுவென்ன மோகம்!

◆

செவி சாய்த்துக் கேட்டால்
உனது காதோர வெப்பம் மட்டும்
போதுமென்று சொல்லக்கூடும்
என் இருதய அறைகள்.

◆

தனிப் படகும்
நீலக் கடலும்
தனித்திருக்கையில்
விளிம்பில் வந்து அமர
ஒரு வெண்நாரை கேட்கிறேன்

உயிரற்ற பொருட்களை
வரைந்த குழந்தை
பதறிப்போய் சேர்த்துக்கொண்ட
ஏதோவொரு
பெயர் தெரியாத
பறவையாகவேனும் வந்துவிடு.

◆

நலங்கொண்ட மாரழகென்பதா
வேலும் வெண்முகையும்
வெற்பும் வேட்கையும்
தோற்கும் வனப்பென்பதா.

◆

மஞ்சத்தில் உன்னைச் சிறைப்பிடிக்க
உன் மீதிருக்கும்
வேட்கை ஒன்றே எனக்குப்போதும்
இருந்தும்
உன் கண்கள் தேடும்
காதல் மீதுதான்
பிரியம் எனக்கு.

◆

வெம்பிக்கிடக்கும்
உந்தன் வனாந்தரத்தின்
வெட்கைக்கென்று
ஒரு வாசம் இருக்குமல்லவா!

◆

பயணங்களில்
விறகு மூட்டி அமரும்
எளிய ஆசை உனக்கு
சுடுவதற்கு ஏதுவான தூரத்தை
உன் அங்கம் கண்டடைதல்போல
யாருக்கும் விளங்காத
நுண்ணிய காமம் எனக்கு.

◆

கூடிப் பிரிதல்

பொம்மிய கூந்தல் பாதி
நீர் தளிர்த்திட்ட தோளின் மீதி
அதில் மெல்லிய மின்னலை நீவி
விரல் தோரணம் பிணைந்திட்டோம் கோடி
கவிதையும் காதும் குழைய மேவி
புறக்குறிப்பிட்டு எழுதிய பேச்செலாம் தேடி
சென்னிய மேனியில் பொன் நிறமென்னடி தேவி
சொல்லிப் பிரிகையில் பசந்ததோ பருவ மேனி!

✦

வெறும் காமத்தின் பிரிவில்லை
நெட்டாங்குப் பள்ளத்தில்
அவள் வெப்பத்தினின்று வெளிவரும்
அந்த எழுத்தின் இரகசிய நெடியும்
அறியப்படவில்லை.

✦

இன்று வருட வந்த வாடைக்காற்று
வகிராத வகிடும்
பொலிவிழந்த குங்குமமுங் கண்டு
அவள் நெற்றி மீது
நெறி பிறழ்ந்த கதையை
வெட்கமின்றி எழுதிப்போகுது.

✦

சிலநேரங்களில்
தேன்சிட்டு கன்னங்களால்
நீ தாளமிட்டு உறங்கும்
தலையணையின்
சுகம் கிடைத்தாலே
போதுமென்று தோன்றுகிறது.

◆

கூடிப் பிரியுமுன்
நெற்றியில்
நந்தவனம் எழுதி
இதழ்களில் செம்பருத்தி
விரித்துவிட்டுப் போ

◆

உந்தன்
புகைப்படங்களிளெல்லாம்
தனிமையின் அகோரத்தை
அவதியாய்
ஆராயச்சொல்லும் அழகு.

◆

ஏந்து முலை மருவும்
மயிலின் கண்ணாலே
காமங் கற்று
கடைந்தேறிய பிறகும்
பார்வையின் பல்லக்கில்
உன்னழகு உய்யச்
சுமந்த சுகம் மட்டும்
என் நெஞ்சத் தடாகத்தில்
நெடுநாள் நிற்பதென்ன!

◆

உன் நினைவுகளை
அணைத்துவிட்டு
இராத்திரியின் இருளை
உரசி உறங்கிட
ஆசை உண்டு.

◆

இமையடியில்
இமை தடவி
இரு உயிர் தவாளிக்க
இரவின் கொல்லையில்
வெவ்விய கண்ணீரும்
காமத்துக்கு உருத்தானது.

◆

ஓல்லென்று
ஒலிக்கும் காற்றும்
நன்றே நள்ளென்று
கொல்லும் சாமம் இருந்தும்
கரையில் விம்மி
ததும்பும் கடலலை
கரையை நெய்து
பின் நெக்குவதை எழுதிட
தண்ணென்று விசைத்த
அவள் மார்பின் விலாசம் இல்லை.

✦

என் தனிமைச் சுவரில் படரும்
துணை நிலவை எட்டிப் பறிக்க
மனதினில் அழகாய் கொடிவிடும்
அறைத் தாவரமொன்று வளர்க்கிறேன்.

✦

மண்குடத்தின்
கழுத்து வனைகையில்
ஒரு குயவனின் மையவிரல்கள் செய்யும்
உட்குழிவு அழுத்தங்களும்
பெருவிரலின் புறச் சீவலில் அவிழும்
ஈரமண்ணும்
உன் நினைவின் வெப்பக்கூத்துக்கு
ஒருபிடி நிலமாகும்.

✦

நேற்று வந்து விளையாடிய குழந்தை
விட்டுப்போன விளையாட்டுப்பொருட்களில்
தெரியும் சுட்டித்தனம்போல
நீ பேசிச் சென்ற பின்னும்
நினைவுக்குள்
ஓர் உயிர்த் தூண்டல் நிகழ்வது உண்டு.

✦

இருப்பத்தேழு நிமிடக் காத்திருப்பின் பின்
நீ ஆடிச்சென்ற ஊஞ்சலில்
கடதாசிப் பூக்கள் வீழ்ந்து
புரள்வது கண்டேன்.

✦

உயிர் உரசும்
உன் மோகக்குரல்போல
தனித்திருக்கும் சித்திரத்தேரிலிருந்து
ஒரு திருவிழா ஓசை
கனிந்து வருகுதடி.

✦

பாலில் விழுந்த
வெள்ளிக் கொலுசு
உன் நினைப்பு.

◆

நிலவு தோயும்
கடற்கரை சாலைகள் தோறும்
யாரும் அமராத
சாய்வு நாற்காலிகளின்
தனிமை பூண்டிருக்கிறேன்.

◆

காதலென்றால்
சிறு பிரிவென்றால்
அவள் உடுத்திக் களையும்
புடவையின் வண்ணங்கள்கூட
வீட்டுச் சுவரெங்கும்
பூக்களாய் ஜனிக்கவேண்டும்.

◆

அருத்தி

அருத்தி,

பெண்களென்று சிலர் வந்தது உண்டு. தங்களைத் தமிழென்று சொன்னது உண்டு.

'தஞ்சமெனக்கு அருளினால், காதற் கலகம் செய்து சாய்ப்பேன்' என்றதும் உண்டு.

இப்படி, முன்னொரு நாள் தன் அன்பைக் கிளத்தி, சொன்னாளடி ஒரு காதற் கிழத்தி.

சிந்தை யாவும் ஒன்றென்றனள். யாவும் வாங்கிவந்த சீரென்று சிரித்தனள்.

விந்தையென்று நானும் சொன்னேன். வீண் விவாதம் ஏதடி செய்தேன்!

அங்கு சிந்தை ஒன்றென்றானால், அதைக் காதலென்றே கருதிக்கொண்டேன்.

அழகு கங்கை கொண்ட வேந்தன் முடியில் திங்களெனச் சூட்டி வைத்தேன்.

கருதியதிலும் பிழையில்லை. கண்டதிலும் பிழையில்லை. பொன்னில் வார்த்த உமையாளே, என்னைப் போகமுறத் தழுவுபவளே!

தமிழ்ப் பாவையென்று நான் கண்டதெல்லாம், வெறும் பாசாங்காய்ப் போனதடி.

பற்று இல்லையோடி, எதிலும் பதங்கள் காணோரோடி! அற்பப் பொழுதோடி, அதில் அழகென்று ஏதும் இல்லையோடி?

சுதந்திரம் கண்டபின்னே கொண்ட வேட்கைதான் தணியுமோடி? என்னை நெருங்கி அறிந்தபின்னே, காதற் சுவைதான் குன்றுமோடி?

◆

சுதர்ஷன்

அருந்தி,

என் வார்த்தைப் பெட்டகம்
என்றும் உனக்கானது

சப்தமற்ற
உன் எண்ணங்களின் க்ஷணங்களை
அயர்ச்சியுற்ற ஆசைகளின் நலுங்கலை
அதன் வெப்பப் பதுக்கலை
எந்நேரமும்
ஒரு பாடலாய் முடிக்கிவிடலாம்.

✦

அருத்தி,

என் உள்ளங்கையின் மையத்தில், நெடுநாளாய் ஒரு வெறுமை. அதைச் சந்தேகத்துடன் பிடித்து, சட்டெனத் தளர்த்திவிட்ட பிடிகள் நூறு ஆனபோதும், உன்னை நுட்பமாய் எழுதும் மொழியின் வெப்பம் மட்டும் என்றும் ஆறிடாது. மொழியை முழம்போட்டுச் சுட்டினாலும், அது வெறும் மாலையே என்பர். மார்பில் பொருமிப் பிளக்கும் பூக்களின் வண்ணங்களையெல்லாம் தின்னத் தருபவள் நீதானே.

◆

அருத்தி,

ஓர் அழகை உன்னிப் பறித்து, உடுத்திக்கொள்ள விரும்பும் உந்தன் இமைகளுக்கு முதல் முத்தங்கள். ஒரு மரத்தின் பூவைப் பறிக்க உன்னும்பொழுதில், எந்தன் உயிரைத் தறிக்கும் உந்தன் வாளிப்பையும் வளங்களையும் இந்த மொழி என்றும் அணைத்துப் பாராட்டியிருக்கும். அந்த மொழிக்குள் சில ஆச்சரியங்களும் இல்லாமல் இல்லை.

உலகத்தார் மகிழ்ச்சியிலிருந்து உனது மகிழ்ச்சி மட்டும் மாறுபட்டு இன்னுமின்னும் ஆழமானது எப்படி? அதை என்னுள் மட்டும் நீ கண்டுகொண்டு என் கைகளை நெகிழ்த்தாமல் வைத்திருப்பதெப்படி?

கொட்டும் மழையை மொண்டுகொண்டு, மேகம் திருகி மாலும் பறவையாக, உனது பெயரின் இறுதி எழுத்திலிருந்து சொட்டும் ஒரு தேன்துளி போதும். அங்கமெங்கும் அழகை உடுத்திக்கொள்ள விளையும் உன்னிடம் மட்டும்தான் களைதல்கூட அழகாயிருக்கும். ஆதலால், களைகையில் என் இமைகள் உன்னழகை மீண்டும் உடுத்திக்கொள்ளும்.

◆

அருத்தி,

மானின் முதுகு தழுவிச் செல்லும் விரகத்தில்
வெடித்த மொட்டுகளின் வாசத்தோடு
அச்சடித்த உன் எழுத்துகள் யாவற்றையும்
ஒவ்வொன்றாக திறந்து திறந்து
விரல்களுக்குள் கோர்த்து நடக்கவேனும்
நீயொரு புத்தகமாக என் மடிசேரவேண்டும்.

◆

அருத்தி,

கட்டில் பிரியங்களுக்கு, வெயில் வளரும் வேளைமீதொரு வாஞ்சை இருக்குது. ஒரு நஞ்சை நிலம்போலே, கொஞ்சம் தாகம் எடுக்கிறதெனக் கெஞ்சிக் கேட்கும். பொறுமை ஏதுமின்றி ஒரு எச்சில் விழுங்கத் துடிக்கும். எங்கிருந்தோ ஒரு வேட்கை வந்து, தொண்டைக்குழியை வாட்டி வதைக்கும். நாணமென்னும் பருத்தி நூலைப் பற்களால் அவிழ்க்கப் பார்க்கும்.

செவ்வானத்தின் வெப்பம் வந்துவிழும் உந்தன் முதுகு வண்ணங்கள்மீது கிடந்தபடி, ஒரு செய்யுள் எழுதிப் பார்க்கச் சொல்லும். அரும்பும் உந்தன் வியர்வைகள்மீது, மூக்கின் நுனியால் ஒரு முத்த அகரம் எழுதி இரசிக்கும்.

இப்படித் தமிழ்கொண்டு கலகமூட்டினால் மட்டுமே, கண் மலரும் முன்னமே உன் இதழ் மலர்ந்து சிரிக்கும். இங்கே, இதழ் மலரும் முன்னமே தமிழ் மலர்ந்த உன் நெற்றிச் சூட்டின் வாசத்தை நான் மட்டுமே அறிவேன்.

அறிவில் உயர்ந்த உன்னிடமே கேட்கிறேன். இந்த வாழ்வு மட்டும் ஏன் இப்படி ருசிக்கிறது? எல்லோரும் கடந்துபோகையில், உனக்கு மட்டும் எப்படி மொழி என்பது வாழ்வோடு ஊறியது எனும் இரகசியம் தெரிந்தது? ஐந்து மணிக்குப் பெய்யும் அடைமழையில் நீ படிக்கும் நாவல் தரும் சுகத்தைவிட, என்னுடைய கேள்வியின் சுகங்கள் உனக்கு மட்டும்தான் பிடிக்கும்.

ஒரு குழந்தைபோலத் திரும்பத் திரும்பக் கேட்கிறேன். பாதத்தின் ஐந்துவிரல் இடுக்குகளை ஒன்றன் மீது ஒன்றெனத் தழுவச் செய்தபடி நீ எனக்கென எழுதும் மோகக் கடிதத்தில், ஏதேனுமொரு வாக்கியத்தில், இதற்கான பதில் வந்து விழக்கூடும். இல்லாவிடில், ஒரு செயலெனவோ காட்சியெனவோ நம் மூளையின் மின்சாரங்கள் பிணைந்து காமம் கொள்ளும்?

ஒரே எண்ணமும் இரசனைகளும் சேர்கையில் கொள்ளும் காமத்தின் சுவையை நம்மை அன்றி வேறெவர் அறிவார்? காலைப் பிரியங்களில் முத்தமிட்டு உறைகையில், எல்லோருக்கும் கேட்பது வெறும் குயிலின் கூவல். எங்களுக்கு மட்டும் அது பாரதியின் குயில்பாட்டு.

✦

அருத்தி,

"ஓய்வின்போது, இருவிரல் சுகத்துக்காக, நான் தட்டிச்செல்லும் ஏதோவொரு புத்தகத்தின் பக்கங்கள் அல்ல உனது எழுத்துகள்" எனச் சொன்னவள் நீதான்.

உன்போல், இரசனைகளால் உயர்ந்தவளின் கவனிப்பில் இருப்பதைவிட, உள்ளத்தைப் பற்றவைக்கும் எண்ணம் வேறெதுவும் இல்லை.

உயிரும், உயர்வும் இல்லா எதையும் உன்னுள்ளம் ஏற்பதில்லை. அப்படிப்பட்டவளால் ஏற்கப்படாத எதையும், என் உயிரிலிருந்து உதிர்த்திடக்கூடாது எனும் நடுக்கமெல்லாம் என்னுள் வந்துபோகும்.

தமிழில், சில மெய்க்கவிதைகள் எழுதுகிறேன். நீ படித்தால், அதனுள்ளே ஒளிந்திருக்கும் உயிர்க்கவிதைகள் காண்பாய். அதன் ஓசைகள் கேட்பாய். இரண்டுமில்லாது, தமிழும் காமமும் நில்லாது என்பதை உனக்குச் சொல்லத்தேவையில்லை.

ஒருமுறை, 'சொல்லாழி' என்கிற ஆண்டாளின் தமிழையே உன் கழுத்துக்குச் சூட்டி அழகுபார்த்தேன். சொல் ஆபரணம் சூட்டிய உன் கழுத்து ஒரு சொல் ஆழி. இப்படித் தமிழ்கொண்டு செய்கையில், உன் உடலும் உயிரும் எனக்கு வேறுவேறாகத் தெரிந்ததில்லை. வித்தியாசம் பார்த்தால்தான் அதில் குற்றம் இருக்கிறது எனப் பொருள்.

உன் அறிவை, உடல் எனும் கிண்ணத்தில் ஊற்றிக் குடிக்க நினைப்பது, வெறும் உடற் காதலா? இல்லை உயிர்க்காதலா? இல்லை, இரண்டையும் மீறியொரு புதுக் காதலா?

'சொல்லாழி வெண்சங்கே' என்று கடலில் வாழும் சங்கைப் பார்த்து, பெண் பேதை ஆண்டாள் கேட்டாள். மாதவனின் வாய்ச்சுவையை அதனிடம் கேட்டாள். அவன் எச்சில் ஊறி முழங்கிய சங்கைக் காதலித்தாள். இந்த உவமான, உவமேயக் கவி அதைக் கழுத்து என்கிறான். இவையெல்லாம் வெறும் உடல்மீதான காதல்தானா? ஒரு காதலில் இந்தக் கலப்பு இல்லையென்றால் அது காதல்தானா?

✦

அருத்தி யாரெனக் கேட்டால்?

பேருந்தின் ஜன்னல் ஓரங்களில், வீதித் திரும்பல்களில், இணையங்களிளெல்லாம் நாளும் ஒரு முகம் தோன்றி மறைகிறது. அகமும் ஆகமும் சிலநொடி சிலிர்க்கிறது. அது காதலா, காமமா? இல்லை, காதலியா மனைவியா? இல்லை, இந்த ஒப்பந்தங்கள் எதுவும் போட்டுக்கொள்ளாமல், உடலாலும் உள்ளத்தாலும் சகியாகிப் பயணிக்கப் போகிறவளா? இல்லை, மதிப்புடன் ஒரு மகிழ்ச்சி ஒப்பந்தம் போட்டுக்கொள்ளப்போகும் மோகநாயகியா? என எதற்குமே பதில் தெரியாத கேள்விகள் வந்து நெஞ்சை இடறிச் செல்லும்.

இருபத்தாறாயிரம் நாட்களில், ஒரு நாளின் ஒரு குறிப்பிட்ட விநாடிகளைத் தேர்ந்தெடுத்து, ஒருவருக்கொருவர் பரிமாறிக்கொள்ளும் அந்தப் பார்வைகளுக்கு உயிர் திறந்துகொள்ளவேண்டும். 2.5 பில்லியன் இதயத்துடிப்புகளில், சிலதை மட்டுமே பறித்துச்சென்ற ஒரு முகத்துக்கொரு தகிக்கும் தேகம் இருக்கவேண்டும். அந்த ஆரா முகத்துடன், அந்த உறவு சிலகாலமேனும் நீட்டிக்காதா என்கிற ஆயிரமாயிரம் கேள்விகள் வந்து நெஞ்சோரமாய் எட்டி நிற்கும்.

அது நீட்டித்தால், மார்கழியில் பனி வாராதுபோகுமா? இல்லை, உலகத்தின் அச்சுப் பிசகி சூரியனோடு சென்று மோதுமா? இருந்தும் நெருங்குவதில்லை. நெருங்கினால் அவள் என்ன நினைப்பாள்? வெறும் சதையை நேசிப்பவன் என்று மனம் வருந்துவாளா? இல்லை, நெருங்கும் நூறு பேரில் இவனும் ஒருவன் என நினைப்பாளா?

உயிரைப் பூட்டிக்கொண்ட பெண்ணுடல் எனக் கருதுவதை எப்படிச் சொல்லமுடியும்? இந்தக் கண்களினதும் விரல்களினதும் பார்வைகளும் தீண்டலும் வேறென எதைக்கொண்டு நிரூபிப்பது? ஓர் உண்மையைச் சொல்லி இந்த மனதை எப்படி நிரூபிப்பது?

இத்தனை பதில் தெரியாத கேள்விகளுக்கும் விடையானவள் அருத்தி. மொழித்தீண்டல் அறிந்தவளுக்கு எதையும் நிரூபிக்கத் தேவையில்லை. மொழியானவள் அருத்தி. அந்த முகமில்லாத முகங்களுக்கெல்லாம் இளையவள் அருத்தி. அனைவராலும் விரும்பப்படும் பெண்ணுரு அருத்தி. உள்ளுயிரை உணர்ந்து உயிர்பாராட்டுச் செய்யும் மங்கைக்கெல்லாம் மாதரசி அருத்தி.

◆

அருந்தி,

முற்றத்தில் இறங்கிய குழந்தையின்
முறையற்ற முதல் நடைபோல
மனக் களிப்பும் பித்தமும் கொண்டேனடி

உந்தன் சாய்மனைக் கழுத்தில்
சாய்ந்துகொள்ள
பற்பல செந்தமிழ் வார்த்தைகள் உதிர்த்தேனடி

முன்சென்மம் நான் முகர்ந்த
முன்தானை வாசம் காட்டி
நான் துஞ்ச ஒரு கதை சொல்லடி

பின், உன் குரலால் தமிழ் பிதற்றி
நற்செவியின்பம் தந்தெனை
மடியடியில் கிடத்தி வெல்வாயடி

கட்டளைத் தலைவி
உந்தன் கட்டுக்குழல் சுருக்கை
என் கழுத்திலிட்டுக் காமம் கொல்வாயோ.

இல்லை கருவறை இருள்காட்டி
எனை ஆற்றுப்படுத்தும்
செயல்பல செய்குவாயோ

எவை புரிகினும்
சிற்றம்பலம் வாழும்
ஈசன் பதம் வைத்து
நெஞ்சை அணைத்து ஆட்கொள்ளடி.

துயர் எரித்து
நீறுபோல் எனை அள்ளி
நெற்றியில் பூசிக்கொள்ளடி

மூர்க்கத்தில் நிகழும் வழுவும்
முத்தத்தில் நிகழும் ஒழுக்கும்
இதில் புனிதமெது பாவமெதுவென்று
இங்கு எவர் சொல்வாரடி.

அன்பின் அரங்கிலே
புலன் ஆயிரம் திறந்து பூஜிக்க
பேறொன்று வேண்டுமடி

இப்படி பூக்களும் பணியும்படி
மென்மைத் தமிழ் உரைத்து
உன்னைச் சேருவது இன்பமடி

பாசுரங்கள் பல நெஞ்சை அள்ளுவதுபோல்
உனை அள்ள
ஆயிரம் பசுங்கரங்கள் வேண்டுமடி

கருத்திலும் சேருவதே பெருங்காமமென்று
என் உயிர்கொள்ளக் காத்திருக்கும்
உயர்பெண்மை நீயுமன்றோ
அதைக் கண்ணுற்று நோக்கத் தெரிந்த
கருவக் கவிஞன் நானுமன்றோ

செல்வத்தில் உயர்ந்தது
பெண்செல்வமுமன்றோ,
அதைப் பண்ணொடு பயிலவே
நான்கு வேதத்திலும் உயர்ந்த
நற்றமிழ் வேதங்கள் பல
உரைத்திட்டேன் கேளாய்.

◆

அருத்தி,

ஒருபொழுது, கண்ணீரினால் பேணப்பட்டு வந்த என் மௌன நெஞ்சின் மிதமான வெப்பத்துக்கு, ஒன்றைச் சிருஷ்டிக்கும் ஆசை வந்தது. அது, தாய்ப்பறவை அமர்ந்த முட்டையின் இதமான சூட்டை, உள்ளங்கைக்குள் பொத்திப்பிடித்ததுபோல அத்துணை சுகமாய் இருந்தது. மேலும், அதை வெறும் வெப்பத்தின் சுகமென்று மட்டும் சொல்வதில் எனக்கு உவப்பில்லை. அது, உள்ளிருக்கும் உயிரின் சிறிய கனத்துடன் கூடிய வெப்பத்தின் சுகம் என்பேன்.

இப்படியாக, என் மதி, இரண்டையும் பிணைத்துக் காட்டும் புதிய இன்பங்களை நீயும் நுகர்ந்திருப்பாய். அந்த உயிரும் வெப்பமும் கூடிப்பெற்ற கனம்போல, என் உயிரும் மொழியும் உள்ளே கனத்துக் கிடக்கும் அழகினை அறியக்கூடியவள் நீதானே? நான் சிருஷ்டிக்கும் மொழிகளின் தனித்துவம் அறிந்த உயிர் வாசகி நீதானே!

ஒரேயொரு முறை, நான் உன் மடியில் கண்ணீர் விட்டுக்கொள்ளவேண்டும். மரணிப்பின், என் வார்த்தைகளைப் புத்தம் புதிதாய்ச் சிருஷ்டிக்க நீ மீண்டும் தாயாகவேண்டும் என்கிற விண்ணப்பமும் வைக்கிறேன்.

என் உயிர் மொழியை, எனக்கே எனக்கான என் சிருஷ்டிப்பின் அழகுகளை, அழகற்ற மனக்கண்ணாடியில் பிரதி பிம்பமாக எடுத்து எனக்கே காட்டுகிறார்கள். நாணம் என்பதே சிறிதும் இல்லாதவர்கள். ஆனால் என் உயிரின் கூடுதான் குறுகிப்போகிறது.

குறுகும்பொழுதில், என்னைப் பொறுமையாய் அணைத்தபடி கருணைக்கொலை செய்வாயா? இல்லை, எனை மீண்டு எழச் சொல்வாயா? எது எப்படியாயினும், நீதான் எனக்கு இதிலிருந்து விடுதலை பெற்றுத் தரவேண்டும்.

◆

அருத்தி,

வைகறையில் ஓர் அழுகுரல் கேட்டால், 'ஆங்கே வெள்ளி முளைக்குது பாரடா கண்ணா' என்றிருப்பாள் அம்மா. அப்பொழுது அவள் சொன்னது கவிதைதானே?

ஒன்றை ஆழ்நெஞ்சில் ஆராதித்து, அலுங்காமல் அணைத்திடில், எல்லாமும் கவிதைதானே?

பின்னிரவில், ஒரு மார்கழிக் காற்றுவந்து முள்ளந்தண்டில் முட்டி ஊரும்பொழுது, நீ எங்கனம் ஓர் ஆறுதல் கவிதை சொல்லுவாய்? உன் முகம் தொட்டுத் தொட்டுப் படரும் இந்த ஐஞ்சுவிரலுக்கும், சின்ன வெள்ளி மூக்குத்தி என்ன பதில் போடும்?

பின்னிரு தாள் இரண்டில் கண்ணியமாய் வழுக்கப் பார்க்கும் இன்னொரு கரத்துக்குள், காவியம் படிக்கும் ஆர்வத்தை உன் பார்வை விளக்குத் தூண்டிவிடுமா?

இல்லை, முன்தானை வாசம் அறியும்பொழுது, வெப்பத்தில் பூக்கும் உன் நாசிப் பூவில், வெள்ளி முளைப்பதன் அழகைக் காட்டும் உன் தாய்மையில் தோய்வேனா?

◆

அருத்தி,

குலையும் அந்த இராத்திரியின் நிறத்தோடு, ஒரு மழைக்காலக் காலை வந்து கூடி மகிழ்ந்திருக்கும். பார்க்கையில், யாரும் அறியாதொரு மதன வாசம் வந்து காற்றையும் கவ்விடச் செய்யும்.

உனதிரு தோளின் திண்ணையில் அமரும் இரு செவ்விதழ்க் கிளிகள், வேறுவேறு இனமென்று மாயங்காட்டிப் பின் நம்பவும் சொல்லும். தோளின் திண்மையில் ஒரு மெல்லினம் ஊரும். அங்கே கிளை பற்றும் கிளியின் நகங்களையும் அழகென்று கூறும்.

ஐவிரலும் வேண்டாமென, மைய விரலிரண்டும் அள்ளி ஒதுக்கும் கூந்தலில், ஒரு மென்காதலின் அறிகுறியை அள்ளிக் காட்டச்சொல்லும். மழையோசையில் ஒரு கவிதைக் குரலை வரமாய்க் கேட்கும்.

இத்தனையும் ஒரு வண்ணத்தின் கற்பிதங்களாமென்று, கூடி மகிழ்ந்திட்ட கூந்தலிலே திரித்துக் கட்டியிழு போதும்.

◆

அருத்தி,

பயணங்களில், ஜன்னல் இருக்கைகள் தரும் காதல் உத்வேகங்களை நீ விரும்புவது பார்த்திருக்கிறேன். உன் தேகம் அசையாதிருக்க, உன் எண்ணங்களை மட்டும் பெருக்கெடுக்கவைக்கும் கலையைக் காற்று வந்து செய்வது உனக்குப் பிடிக்கும்.

அம் மரகதச் செயலைத் செய்யத் தகுந்தவனையே நீ கனவிலும் காட்சியிலும் தேடியது உண்டு. காட்சிகள் நகர, காற்று வந்து முட்டிக் குலைத்த உன் ஒழுங்கற்ற கூந்தல்களைக் காதலிப்பவன் நான். உன் நினைவின் கன்னங்களைத் தாங்கும் புறங்கை அழகை முத்தமிட்டுக் கடப்பதே ஒரு பெரும்பயணம்.

ஜீவிதராணி உன் இதழின் விளிம்பில் ஒட்டிய கூந்தல் இழைகளே எனது ஜீவிதம். அள்ளி ஒன்றாய் முத்தமிட்டு, காட்சிகளைப் பரிமாற்றினாலே என் பயணம் நிறைவுறும்.

எக்காலமும், ஒழுங்கற்ற அழகில் ஒரு திருக்கோலம் தேடியிருக்கவேண்டும். ஒரு செயல் அழகி கொண்டிருக்கும் ஒழுங்கற்ற வடிவங்களில் அழகு திமிருவது உண்டு. காமத்தில், வினை முடித்தபின் தித்திக்கும் ஓர் செழுமை உன்னிடம் கண்டிருக்கிறேன்.

தாழ்வாரத் தூண்களில், ஒழுங்கற்ற உன் சரிவுகள் இரசித்திருக்கிறேன். உன் முன்னங்கால் பெருவிரல் மடிப்பில் கவிதையின் உட்பொருளும் படித்திருப்பேன். பாதத்தின் பின்னழகில் பெருவிரல் இடுக்கை வைத்து அழுத்தும் உன் மொழியை இதழ் விளிம்பின் அசைவிலேயே படித்திருப்பேன்.

நீராடிக் குழைந்த ஆடையொடு வெண் மணலாடிக் களித்திருக்கவேண்டும் என்பது உனது ஆசை. காற்றைக் காதலித்ததுபோல, உன் பொன்னுடலின் மணலாடைகள் உராய்வது என் காதலுக்கு மிகப் பிடிக்கும். அதற்காகவேனும், ஆளற்ற கடற்கரைகள் தேடி இன்னொரு பயணம் போகலாம்.

✦

அருந்தி,

உனக்கு நமது முதலாவது உரையாடல் நினைவிருக்கிறதா என்று கேட்டு எழுதியிருந்தாய். அதைப் படிக்கையில், தட்டுக்கெட்ட தென்றல் ஒன்று என் திசையில் வந்தது. உன்னைப் போலவே அழகிய திமிரோடு அது முட்டிய சங்கதியை நான் அறிவேன். காற்று, நீ சின்ன ஊடலை எதிர்பார்க்கும் செய்தியை என் காதில் கிசுகிசுத்தது. இப்படிக் குறும்பூக்கள் செய்வதுதான் உங்கள் இருவருக்கும் பரம்பரை வழக்கம்.

நம் உரையாடலின் முதற்சொல் 'உன்மத்தம்'. அந்தக் கணம்தான் ஒற்றைப் புள்ளியிலிருந்து ஒரு கோலம் உயிர்பெற்றது. ஏர் பிடித்த உழவனின் கைகளில் இருந்து ஒரு பேரரசு வளர்ச்சி கொண்டது. அந்தச் சொல் அழகில் நெகிழ்ந்தாய். வண்டின் கொண்டாட்டம் பூக்கள் அறியும். அந்தச் சொல்மீது நீ கொண்ட கொண்டாட்டத்தின் ஆழத்தைத் தமிழ் அறியும்.

பாரதி முகம் மலர்ந்து புன்னகைக்கும் ஓவியங்கள் கண்டிருக்கிறாயா! அன்று கற்பனையில் அவனுக்குப் புதியதொரு முகம் வரைந்தேன். காரணம், அவை வெறும் வெளிப்படையான புகழ் இல்லை என்பதை அன்றுதான் அறிந்துகொண்டேன். பாரதியை உண்மையாகப் படித்தவர்களால் ஒற்றைச் சொல்லைக்கூட உயிர் இன்றி எழுதிவிட முடியாது என்று சொன்னாய்.

கண்மணியாள், கருத்தால் நிறைந்தவளே! நீ அருகிலிருக்கும் பொழுதுகளில், ஓர் உயர்வானவளின் கொண்டாட்டம் இன்றி நான் தவித்ததில்லை. நீ மெச்சிப் புகழ்ந்தால் அந்தப் புகழுக்கென்று ஒரு மதிப்புப் பிறக்கும். புகழ்வதற்குத் தகுதியானவற்றை நீ தெரிவு செய்யும் அழகை உன்னை முத்தமிட்டு அறிந்துகொள்வேன்.

நான் ஏதோ கெட்டிக்காரன் போல பதில் சொல்லிவிட்டதாய் எண்ணுகிறேன். நீ என்னிலும் உயர்வான ஞானத்துணை. தமிழைத் தனிச் சொற்களால் படிப்பவள். நீ எண்ணிய ஊடலை எப்படியும் நிகழ்த்தத்தான் போகிறாய்.

✦

அருத்தி,

என்னுடைய எழுத்துகள் கடிதம் விட்டு விடுதலையாகி உன்னைச் சுற்றி வருவதாய் எழுதியிருந்தாய். கொஞ்சம் உட்சென்று, வாக்கியத்தின் நூதனங்கள் சொன்னாய்.

இந்தக் கடிதங்களை நீ படிக்கும் நூதனங்கள் நான் அறிவேன். பெண்மையைத் தீட்டும் ஓவியனின் நூதனம் அவன் இடும் கோடுகளில் இருக்கும். உனது உள்ளழகைத் தீட்டும் எனக்கோ நமது அறைச் சுவர்களில் அசையும் உனது நிழல்களின் கோடுகள் மீது பிரியம். ஒரு விற்பன்னன் தோரணையில் சாய்ந்திருந்து, உனது நிழல் அசைவுகளைப் பார்த்தபடி உனக்கு உரையாட மொழி தந்திருக்கிறேன். நீ நிறுத்தாமல் பேசும்பொழுதுகளில், உனது நிழல்த்தோழியைப் பார்த்துச் சிரித்திருக்கிறேன்.

தோள்வளை அணிந்த உனது கைகள் இரண்டும் பின்னால் வளைந்து நூலிழை கழற்றும் அழகு, முத்தாரம் அணிந்த நின் மார்பின் வித்தாரம், கட்டிலின் விளிம்பில் பாதம் வைத்து நீ பாடகம் அணியும் அழகு, பாடகம் அணிகையில் ஊசலாடும் முத்தாரமும் காதணியும் குழைந்தாடும் அழகு எல்லாம் இரசித்திருக்கிறேன். இப்படி இரசித்திருக்கையில், நீ செல்லக்கோபம் கொண்டு எறிந்த முத்தாரத்தின் பாரம் பட்ட இடம் இன்றும் இனிக்கிறது.

இப்படித்தான், நான் மொழியால் அணி செய்வேன். நீ அவ் அணிக்கே அணி செய்வாய். கடிதங்கள் படிக்கையில் அதே முத்தாரம் கடித்திருப்பாய். மிடற்றில் செல்லும் இதழ்நீர் எல்லாம் உன் கர்வக்காடுகளை நனைத்திருக்கும். காதோரக் கூந்தலைச் சுட்டுவிரலால் சுற்றியதில் பூகர வளைவைப் பெற்றிருக்கும்.

இல்லையென்றால் கெண்டைக்கால்களைக் குறுக்காகக் கட்டி அணைத்திருப்பாய். ஒரு சுட்டிச் சிரிப்போடு கடிதத்துள் முகம் புதைத்திருப்பாய். இப்படியாக, மொழியை மொழிபெயர்த்து உலவவிட்டுக்கொண்டிருக்கிறாய். எல்லாமே, அதன் செழுமை அறிந்து அதற்கு உயிர்கொடுக்க நீ இருக்கும் துணிவில் நிகழ்கிறது.

✦

அருத்தி,

உனக்காக ஒரு கடிதம் வரைவதுகூட அத்தனை இலகுவானது கிடையாது. நன்மொழியால் தொடுவது சுலபமில்லை. மெல்லிய பாகங்களை செதுக்குகையில் சிற்பி கொள்ளும் நடுக்கம் இயல்பு. நடுக்கமுற்ற விரல்களின் ஆராதனைக்கு அவன் தன்னை ஒப்புக்கொடுப்பதன்றிப் பிறிதொரு வழியில்லை.

எதிலுமே முழு ஈடுபாட்டோடு இயங்கும்பொழுது பெண்மை அழகுறுகிறது. தன்னை முழுமையாக ஒப்புக்கொடுக்கும்போது அதன் உச்சம் வேறொரு நிலையை எட்டுகிறது. பியானோ வாசிக்கும்பொழுது, உன்னையறியாமல் உனது வலது கெண்டைக்காலை இடது கால்வந்து கட்டிக்கொள்ளும் அழகை இரசித்திருக்கிறேன்.

புத்தகம் வாசிக்கையில் ஒற்றை வரியை நின்று லயிக்கும் உனது அழகைப் பார்த்து இதழ் மலர்ந்திருக்கிறேன். இடது புறங்கையால் நெற்றி வேர்வை துடைத்தபடி பூச்செடிகள் பராமரிப்பது கண்டிருக்கிறேன். இப்படிக் கவனிப்பதில் என்ன இன்பம் கிடைத்துவிடும்? இங்கு சுயநிலை இழப்பதே பேரின்பம்.

கோழிக்குஞ்சுகளின் ஓசை நயம் கேட்டிருக்கிறாயா? அந்த உயிரின் துடிப்புக்கு என்னை ஒப்புக்கொடுத்திருக்கிறேன். அவற்றுக்குத் தீவனம் போட்டுவிட்டு, நான் பேச்சுக்கொடுக்கும் அழகைப் பற்றி அடிக்கடி நினைவுபடுத்திச் சொல்லிச் சிரிப்பாள் அம்மா.

எங்களூர் அம்மன் கோயிலில் மயில் வளர்த்தார்கள். தான் எப்போது தோகை விரிக்கவேண்டும் என்பதைத் தானேதான் முடிவுசெய்துகொள்ளும். அதனிடம் அவ்வளவு கர்வம். ஆனால், மழை வந்தால் தன்னை ஒப்புக்கொடுத்து அகவும். அது அகவும் ஓசை கேட்பதற்காகவே தெருக்கள் சுற்றிப் பள்ளிக்குப் போயிருக்கிறேன்.

என் தேடலைச் சொல்லப்போனால் ஆயிரம் இருக்கிறது. இப்பொழுதெல்லாம், உனது செயல் அழகைப் பார்க்க வீட்டின் வளைவுகளில் எல்லாம் காரணமின்றிச் சுற்றி வருகிறேன். இந்தக் கடிதத்தை நீ படிக்கும் அழகை எங்கிருந்தேனும் இரசித்துக்கொண்டிருப்பேன். கண்டுபிடி.

◆

கண்ணன் ராதை

இயற்கை விழுத்திச் சாய்த்த
வயதான வட்ட மரப்பொந்து
அதில் கொழுத்த உடல் நுழைத்து
கூடி விளையாடும் முயலினங்காள்!

கனித்த நறுங்கனியாம் இராதை
கண்ணனோடு களிக்கும் காட்டினிலே
காதல் குடித்துத் தள்ளாடி
இமிரும் இளம் வண்டினங்காள்!

அன்று அகன்ற அடிமடியில்
கண்ணன் முகம் வைத்து
அவள் பகர்ந்த வார்த்தையெல்லாம்
பழுத்த இலையின் மேலே
தேமதுரமாய்ச் சிதறினவோ!

நல்லுயிரே!
நற்றுணையே!

◆

கற்பனையூரில் வாழும் காந்தன் உன்னை
உயர் இரசனைகொண்ட பெண்களும்
இசைத்தமிழ் போற்றும் கலைஞர்களும்
காதலால் பாராட்டி மகிழ்ந்திருந்த செய்தி
காற்றில் இன்றும் கனிந்திருக்குதடா.

◆

என்னிரு வேங்கடம் காக்கும் கொற்கை முத்தும்
மெல்லுதமிழ் சொல்லிச் சுழலுமென் திருநாவும்
வெல்லுதமிழ் கொண்டு வேலெறியும் கருவிழியும்
காற்றில் விள்ளுதமிழ் விழுங்கி அலருமென்
கருவிளையும் கண்ணனுக்கே

◆

முன்பனி ஈரத்தில் தன் விழிகளைத் திறப்பதில்லை நிலமடந்தை. இருப்பினும், ஒரு குயிலின் குரல் வடிவிலாவது விழிப்புற்றிருப்பாள். இலக்கணங்கள் உடைத்துக் கவிதை தருவிப்பாள். தீம்பாரங்கள் இவையென்று பொருள் தருவாள்.

செந்நிற மாந்தளிரில் தீம்புனல் சொட்டும். சிறு பூங்கொடிகள் கவிழ்ந்துகொள்ளும். இறகுகளிலேயே குடில் வடிவம் செய்து அமர்ந்திருக்கும் புள்ளினம். காலை விழிப்பில், காதலியின் திருவடிவு மறைக்கும் பகுதிக் கூந்தல். இவையெல்லாம் தீம்பாரங்கள் என்று ஓதுவாள்.

◆

ஆசைப்பெருக்கு

ராதாவுக்கு கவிதைகளென்றால் அவ்வளவு பிடித்தம். ஒன்றைப் பிடிக்கிறதென்றால், அதை ஏன் பிடிக்கிறது என அவளுக்குள்ளேயே ஒரு கேள்வி கேட்டுக்கொள்வாள். ஆதலால், தனக்குப் பிடிக்கிற விஷயங்கள் மீது, அவளுக்கு ஓர் ஆழ்ந்த புரிதல் இருந்தது. அதனால், அவளால் ஒன்றில் தனித்து இலயிக்க முடிந்தது.

அவளுடைய இந்த இலயிப்பையும் புரிதலையும், அவசர உலக மாந்தர்களால் உடைக்க முடியாமல் போகிறபொழுது, ஒருவித எரிச்சலையும், கோபத்தையும், அவள் மீது வளர்த்துக்கொண்டார்கள். அவள் அதைப் பொருட்படுத்தவில்லை.

கவிதையென்பது, ஓர் உயிர் தன்னுள் தான் மூழ்கி, தன் உயிரின் வடிவங்களில் ஓர் அழகினையும், ஒழுங்கினையும் கண்டு தெளிந்து, அதை மொழியில் வார்த்து, மீண்டும் விழுங்கிக்கொள்ளும் வளமான செயலென்று கருதுவாள்.

கவிதைக்கு, வடிவம் ஒன்று இல்லையென்றும், மனதில் ஆசைப்பெருக்கம் செய்யும் அத்துணை அழகையும் கவிதையென்றும் நம்பினாள். அவளுக்கு அவை, பண்டைய மொழிபோல, படவெழுத்துக்களால் ஆனவையாக இருந்தால் மேலும் மகிழ்ச்சி. அந்தப் படவெழுத்துக்களால் கண்ணன் அவளைப் புனையும் பொழுதெல்லாம், கண்களை மூடிக்கொண்டு அந்தக் காட்சியாகிக் கரைந்து போவாள். இப்படி அவள், எதில் எதிலெல்லாம் போதை கொள்வாள் எனும் இரகசியம் கண்ணனுக்குத் தெரியும்.

ஒருநாள், நிலவு வாய்ப்பாக விழும் யமுனா நதியோரத்தில், மீனழகு அசையத் துளும்பும் நதிநீரில், தன் முன் கூந்தல் சரிவும், கழுத்து ஆபரணமும், விழுந்து நெளியும் அழகினைக் கண்டு சொக்கியவள், கண்ணில் ஊஞ்சலாடியிருந்தாள். அசையாப் பொருட்கள், அசையும் பொருள் மீது விழுந்து, தன்னழகைப் பாராட்டும் நாடகத்தை இரசித்திருந்தாள்.

அந்நேரம், நல்ல களவொழுக்கம் செய்யும் கண்ணன் வந்தான். அன்று கலாபத்தினால், அவள் உரோமப் புறவொழுக்கம் மீது அவன் வருடவில்லை. நெருங்கியவன், புறத்தால் சென்று சிறு தீப்பந்தம் ஏற்றி வந்து, நீரில் விழுந்த அவள் நிலவின் தண்மை அருகில், சிறு அழல் தெரியும் வண்ணம் அதை உயர்த்திப் பிடித்திருந்தான். அவள் கனவொழுக்கம் மீது தன் மனப் பார்வையை வைத்துப் பார்த்தான். அசையும் அழல், அசையாக் கருவிழி மீது நிகழ்த்தும் நாடகத்தை அவன் இரசித்திருந்தான். அன்று அவள் நிலவும், அவன் நெருப்பும், வாய்மொழி எதுவும் சொல்லாமல், ஒரு புரிதலில் இயங்கிய கவிதையின் இரகசியத்தை யார் அறிவர்!

◆

ராதையின் பாதத்தில்
தன் கன்னம் இருத்தி
கால்கணு கொடியேற்றி
அவளைக் கருத்தினில் நிறைப்பவன்
கண்ணன்

கனவழிந்தால்
உட்பாதச் சுருக்கங்களால்
அவன்முகம் படிப்பாள்
ராதை.

✦

துளிர்த்தது தன் இதழென்றறியாது
கண்ணன் செவிமடல் மடித்தொரு
குடை தரிப்பவள் ராதை.

✦

சுவை அறியாச் சபையில்
உயர் கவிசொன்ன பாவலன்போல
தனிமையில் துடித்திருந்தான் கண்ணன்

அந்த மோகக்குழலின் துளை பருகிடவென
அமிழ்ந்து தாழ்ந்தன அவன் இமைகள்
கீழ் இதழால் உயிரூற்றைத் திறந்தபடி
குழலின் கன்னித் துளைகளிலும்
தன்னுயிர் கசிந்துருகப் பணிந்தான் கண்ணன்

குழல் மீட்டும் அவன் விரல்களின்
தீண்டல் ருசி கண்டால்
அந்தப் பூவினம் காமுறும்
பட்டாம்பூச்சிகளும்
பத்தடி தூரம் பதறி நிற்கும்.

சிலகணம்
அவன் மோகமொரு தீக்கங்கு
கங்குல் பரவிட நிகழும்
ஆலிங்கனப் பூஜை
பலகணம்
அவனொரு யசோதையின் வடிவம்
தெய்வப் பெண்ணுயிர் சரிந்து விழுகையில்
மலர்ப்பதம் எடுத்து மார்பில் ஊன்றும் மாயரதம்

கண்ணனின் மோகனம் யாவையும்
தன்னிரு நறுமலர் சூட்டி அணைந்திட்டாள்
ராதை
அவளின் மார்பு இறுக்கம் பேணவே
அவளை அணைத்தபடி
மீண்டுமொரு தனிமையுணர்வுக்கு
ஒத்திகை செய்யத் துணிந்தான் மாயக்கண்ணன்.

✦

நறுங் கூந்தலில் ஒரு சிற்றில் கட்டி
கலைத்து ஒரு கலகம் செய்வாய்
இதழ் தத்தும் இளமுத்து நகையை உண்டு
நகைத்துத் திளைப்பாய்

சொருகும் எனதிரு கயல் கண்டு
நெற்றிப் பதன முத்தம் தீற்றுவாய்
சொக்கும் இப் பாதம் ஏந்திச் சிரசில் அணிவாய்
பாற் பற்களைப் பருகும் முன் இரு இதழ் எனும் யாளி
மீட்பாய்

மூர்க்கமாய்ப் பணிந்தொரு மொழி செய்வாய்
தென்றலைக் கட்டிச் சிறு தேரோடுவது யார் என்பாய்!

அங்கொரு பிள்ளைக் கடி தந்து,
வனிதை இவள் ஈர வனமெல்லாம் நின்று வாழ்த்துவாய்

மீண்டும் தாயுமாகி கலைத்த அச் சிற்றிலிலேயே
என்னைக் குடியமர்த்தி அழகும் பார்ப்பாய்
இப்படியாக மீண்டும் இக் கோதையின் இருளினுள்
ஒளிர வா.

◆

கனவுகள் ஆயிரம் நெருக்குதடி தோழி
அது என்னென்று கேட்பாயடி தங்கமே

களிகொட்டுதடி கூந்தல்
கண்ணாளன் வருகை பார்த்து

குதித் தாளம் கேட்குதடி கும்மி
மன்னவன் மாரோடு குலவி எழுத

காதுக்குள் மெதுவாய் ஓதிடுவானோ
சுந்தர மொழிக் கண்ணன்

காற்றில் கனிகளின் சுவை அறிவனோ
மந்தார மோகமாகி மெதுவாய்ச் சூழ்வானோ

கன்னி இவள் கழுத்தில் கரைபவனோ
நங்கை இவள் விரகம் அறியும் நாதனோ

காளிங்க நர்த்தனம் புரிவானோ
கலைமகளின் பிள்ளைபோல் நடப்பானோ

கவிதை மடியில் பழகும் பாவலனோ
கடவுளின் கரம் கோர்த்துக் கவிழும் நண்பனோ

காலகாலமாகப் பெண்மை
கண்டிராத சொப்பனம் சொல்வானோ

கற்று ஓயும் காலம் வரை
வகிடு நீவி விடும் வரதனோ

கதைகள் கேட்கும் சிறுமிபோல்
கழுத்தை உயர்த்திக் கண் பாரடி

கள்ளி அடி தோழி நீ
என் கனவைப் பாராட்டடி

கனவுகள் ஆயிரம் இருக்குதடி தோழி
அது என்னென்று கேட்பாயடி செல்வமே

◆

சுதர்ஷன்

உயிரின் மடல்

கலாவல்

அவளொரு நல்ல வாசகி. ஒரு மாலை மையலில், ஆடையின் நூலிழை யாவும் பொன்னிழையாகும் நேரத்தில், தன் தேகப் போர்வை மீது ஒரு புத்தகம் வைத்துப் படித்திருந்தாள்

அதன் உச்சந்தலையை மார்போடு மூடி அணைத்து, அதன் வகிடு முகந்து, அதன் மூலைத் தாளில் ஏறி முனை திருகப் பார்த்திருந்தாள்.

திருக மனம் வரவில்லை. இதுவரை கடந்திட்ட பக்கங்களின் கனம் அது தாளவில்லை. அப்படியே அமர்ந்திருந்தாள்.

கருக்கல் பொழுது வந்து கதிரவனைக் கவ்வ, பொன் ஆர்ந்த மார்பினைப் பூரண நிலவின் புழுக்கம் விழுந்து கவ்வ, பூ ஆர்ந்த கூந்தலைத் தென்றல் மோதிக் கவ்வ, அண்ணாந்து பார்த்தால், அநியாயச் சின்னமாய் மின்னும் மதன நட்சத்திரங்கள்

✦

உனக்கென ஒரு காதல் இருந்தும், சுற்றம் இருந்தும், ஓடியாட இந்த அவனியிருந்தும், பேச்சுத்துணை இருந்தும், பிற பந்தம் பல இருந்தும், அவ்வப்போது நீ விரும்பும் அந்தத் தனிமையின் அவதியினைத்தான் எழுதத் துடிக்கிறேன்.

இந்தப் பிரயத்தனங்கள் உனக்குப் புரியாமல் போகலாம். என்னை வெறுத்திருக்கலாம். இருந்தும், யாரும் அறியாத அந்தப் பெருவெளியில், அச்சங்கெட்டுச் சிதற விரும்பும் எந்தன் மொழிகளை அனுமதி.

✦

எழில்மொழி

என் மன வீட்டினுள்ளே, மருமமாய்ப் பெருகி வளரும் மழையிருட்டுக்கும், வெளிச்ச வாசலுக்குமிடையில், ஓரமாய்ச் சாய்ந்து நிற்கும் ஒருத்தியின் நிழல் உருவத்தைப் பிரதிஷ்டை செய்திருந்தேன்.

அது ஒரு ரெட்டைப் பின்னல் யுகம். அதிலொன்றை, மார்பெனும் வலது சமஸ்தானத்தில் இட்டுக்கொண்டு வினைகள் பல ஆற்றி நின்றாள்.

அவள் அழகெனும் அரியணை மேவும் ஆசையிருந்தாலும், விபரீதமாய் எதுவும் செய்ய ஒண்ணாமல், அவள் முலைமுகத்தெழுந்த மலரொளியை என் தமிழ் சென்று மொய்த்திருக்க ஆசை கொண்டேன்.

புகழுக்குக் கூசும் மங்கையல்லள். இருந்தும் என் தமிழ் புக்க புலனிழக்காளோ?

மிகையடுத்துச் சொல்லவில்லை. ஏட்டில் அணியெடுத்து, எழில்மொழியை விளம்பி நான் புனையும் முன்னே, காற்று வந்து திருப்பிய பக்கமாய் என் கனவு கலைந்ததை என் சொல்வேன்.

✦

கார்த்திகை

மரப்பாச்சி பொம்மையை இறுகப்பற்றி உறங்கிய கற்கண்டு விரல்கள். திருவிழாப் பெண் கோலத்தில், வளையல்கள் அணிந்துபார்க்கக் குவிந்த மொட்டு விரல்கள். புடவைக் கடைகளில், புடவையின் சருகு ஓசையைத் தடவிப் பதம் பார்த்த பட்டு விரல்கள். சக பெண்தோழியின் கைகளைப் பிடித்து விளையாடிய பிள்ளை விரல்கள். முதியவர் கரங்களுக்குள் வெப்பம் கடத்திய கருணை விரல்கள். கோவிலின் மரக்கதவுச் செதுக்கல்களுக்கு அழகுசேர்க்கும் சிறுமணிகளைத் தடவிச்சென்ற மரகத விரல்கள். கோடிமுறை கூந்தலைச் சரிசெய்த நயன விரல்கள். பச்சை வயல் வரப்பு நெடுக நெல்மணிகளைத் தடவிச்சென்ற பால் விரல்கள். என்னைப்பற்றி எழுதும்போது மட்டும் பாரதியின் விரல்களாவது எப்படி.

◆

தீக்காமம்

கோவில் காற்றில் வரும் கற்பூர நெடியதை, தொண்டைக்குழிக்குள் விழுங்கி மீண்டும் பற்றிக்கொள்ள விளைபவள் கேட்கிறேன்.

அந்தத் தீயின் சுவாசம் விழுங்கிய வெப்பத்தில்
ஒழுகி வழிந்தோடும் என் கீழ்க் கழுத்துக் குங்குமத்தின்
முதல் ஒழுக்கினை இரசிக்கும்படி
ஒரு காதல் கொண்டிருக்கிறாயா?

அன்பென்று காதலைச் சொல்ல ஆயிரங்கோடி பேர்கள் உண்டு. அன்பின் அடைக்கலம் ஒரு முகம். அன்பின் ஆத்திர அனுஷ்டானம் மறுமுகம். இதில் இரண்டும் உண்டென்றால் உன்னை அனுமதிக்கிறேன்.

உயிர் ஓச்சித் திளைக்கும் என் தீயின் ஒழுக்கை, ஒரு கவிதைபோல் அள்ளித்தந்தால், தயக்கம் ஏதுமின்றி பலமுறை கொள்வாயா?

காற்றில் இரு பெயர் புணரும் வேளையிலும், ஓர் ஆழி நடுவில் மின்னல் கீற்றென விழுந்து என் புலம்பல்கள் போற்றும் ஆற்றல் உண்டா?

ஐவிரலில் பூ மலர்த்தி, பைய நகரும் உன்னை இவள் மிஞ்சி நகர்ந்தால், பெண்ணா இவளென ஓர் ஓரத்திலும் ஐயம் எழாதபடி காமம் கொண்டிருக்கிறாயா?

நான் ஆத்திரமுற்றாலும், இராத்திரி நட்சத்திரம் மின்னும் என் கண்களில் சீற்றம் தோன்றினாலும், அதைக் காத்திருக்கும் இருபுருவத்தைப் பெருவிரல் கொண்டு நீவி, தெளிந்த என் விழிமீது மீண்டும் மலரும் காதல் உண்டா?

✦

கம்பளி போர்த்தி, காலைக் குளம்பார்க்கும் அந்தக் குளிர்காலக் கண்களுக்கு, வெள்ளாம்பல் ஒன்றை எழுதி விழுங்கத் தரட்டுமா?

அதிகாலையில் அடித்த மழையில், இன்னும் துள்ளிக்கிடக்கும் அந்தச் சிறுவெள்ளத்தின் நாவோசையால், செருக்குற்ற அந்தச் செவிகளைச் சேவிக்கட்டுமா?

இல்லை, மண்மோகித்த அந்தச் சேற்றுநிலம் மீது, ஊன்றிய பெருவிரல் இடுக்கில் ஊறி, எந்தன் உயிரை உதறி ஊற்றட்டுமா?

இல்லையெனில், இரசித்திருக்கும் அந்தப் பின்னங்கழுத்தை, பண்புடனே வந்து தழுவும் பழுத்த இலையிலிருந்து, ஒருதுளி நீர் ஒழுக்கை மட்டும் நிகழ்த்திவிட்டு நகரட்டுமா?

◆

ஒருபக்கம், இந்தக் காதல் விசித்திரமானது. அவள் எழுதும் ஒவ்வொரு சொல்லின் இடைவெளியிலும், மேஜைமீது மோதும் அந்த வளையல் ஓசைகளைக்கூட இரசித்திருக்கும்.

மறுபக்கம், இந்தக் காமம் அதனினும் விசித்திரமானது. எழுதும் மேஜைமீது இருத்திக்கொண்டு, அந்த ஒற்றைச் செயல் அழகை எண்ணியபடியே அவளை முத்தமிட்டு முகிழ்த்திட அழைக்கும்.

இப்படி, எண்ணமெங்கும் பெருமதி ஊற்றிக் கொடுக்கவில்லையெனில், உயிரோடு ஊனைப் பிணைத்திடும் இரசனைகள் இல்லையெனில், காமமில்லாக் காதல்போல, வழங்கும் முத்தத்திலும் ஆழ்ந்த பொருளிருக்காது.

◆

எப்பொழுது பயணிக்கப்போகிறோம்?

கற்களையிட்டுக் கொப்பளிக்கிற கருவ நதியைக் கேட்கிறேன். பனியில் கூடும் முயலிரண்டைப்போல, சின்னப் பாறையெங்கும் ஏறித் தழுவுமந்த வெள்ளை நுரைகளைக் கேட்கிறேன். இவ்வாறு, கேட்டுக் கேட்டுக் களைத்தவன் ஒரு காகிதத்தில் கவிதை எழுதிக் குடிக்கப்பார்க்கிறேன்.

ஆண்டாள் போலொரு ஆலிங்கனம் செய்தாலும், பூரணமாய் உன்னுள் பூட்டிக் கொன்றாலும், உள்ளிருந்து கொடிவிட்டு, ஆளை விழுங்கும் ஓர் அசுரப் பூவாய், என் மடியில் நீ எழவேண்டும். வான்முட்டும் நட்சத்திரத் துண்டங்களாய் வேர்த்துக்கொட்டவேண்டும்.

நூதனன் கைபடாத வீணையொன்றின் மீது ஆயிரம் ஆதவனின் கரங்கள் சரிந்து பூபாளத் துளிகளாய்த் துளிர்க்கவேண்டும். கற்சிலை கண்டாலும், சிறு தேவாரமாய் அங்கங்கு தங்கினாலும், பொற்பதம் எடுத்துச் சிரம் தாழவேண்டும்.

தொப்பூழ்க்கொடியில் தாமரை வளர்த்தவனோ பாற்கடலில் உறங்குகிறான். அவன் தன் குங்குமத்தில் குழைந்து மார்பில் நனையவேண்டும் என்றவளின் தமிழ் மட்டும் இங்கு அடையாளமின்றித் தறிகெட்டுத் திரிகிறது. மலையை மூடும் கடலென அதை மூடிக்கொள்ள ஆண்டாள் வேண்டும்.

இப்போதைக்கு வேண்டுமானால் ஒரு கோப்பைக்குள் கடலை அள்ளி மொண்டு குடிக்கலாம். கற்களையிட்டுக் கொப்பளிக்கிற கருவ நதிக்கு எங்கே போவது! மார்பில் கட்டளையிட்டு நகருமொரு கலைப் பாதத்தை பூரணமாய்ப் பற்றுவது எப்போது?

✦

முத்தம்

இதழ் முத்தமென்பது, எண்ணங்களின் பேராறாக இயங்க வேண்டும். அர்த்தக் காடெங்கும் மிருதுவாய் நெகிழ்ந்து, சிதறி, முட்டி, வழுக்கி, மிழற்றியபடி நகரும் கண்ணியமான கருணைப் பேராறு. காமமெனும் பெருமழையைக் கிழித்துக் குடிக்கும் இருசிறகுச் சக்கரவாகம்.

காமம் என்னும் ஆதி நாகரிகம், முத்தத்தில் தெய்வதம் பழகியது. காமம், முத்தத்தால் சூல் கொண்டு, காதலாக மீண்டும் மீண்டும் பற்றிக்கொண்டது. காதலென்னும் நவீனக் குடியேற்றங்களை, நல்ல சிருங்காரக் கலைகள் செய்து சமைத்தது. அதை தேகமெங்கும் இழைத்து இழைத்துச் செய்தது.

வியர்வையில் மருகி ஓடும் குங்குமச் சாந்தையும் கண்மையையும் மொண்டுகுடித்தபடி, சொப்பனத்தில் சொட்டும் சந்திரத் திரவத்தையும் தீர்த்தமெனக் கொண்டது.

ஒரு முத்தம் முல்லைப் பற்களில் நுழைந்து முத்தாடும். சல்லாபப் பேச்சில் செல்லமாய் வாதாடும். கொஞ்சம் கிறுக்கேறினால் முணுமுணுத்துக் கடிக்கும். கண்ணீரில் விழுந்து, சத்தியம் செய்து, பின் கற்பூரமும் அணைக்கும்.

மொழி வளர்ந்தபோது, இதழ் வரிகளில் எழுதிப் பார்த்தது முத்தம். ஒரு நல்ல வாசகன், தனிமையில் வருடிப் பார்க்கும் புத்தகத்தின் எழுத்துகள் அந்த வரிகள். ஒரு பெருவிரலால் வருடும் புத்தகத்தின் முனை எழுத்துகள். அவள் வரலாற்றை இதழில் படிக்கும் பிரயத்தனம்.

கால வெள்ளத்தில் கண்மூடிக் கரைதல். கண்மூடிக் கரைந்து, அந்த உணர்வின் தளங்களையெல்லாம் அள்ளி எடுத்து ஒரு மாலை கட்டும் உத்வேகம். அல்லியின் தண்டு பிடித்தாலும், மகரந்தம் நுகரும் இருவரிப் பொறுமை.

காமமெனும் மண்ணைப் பிடித்திருக்கும் காதலின் சல்லிவேர் முத்தம். முதுகுத்தண்டின் உயிர் அழுத்தும் ஆணிவேர் முத்தம். இருப்பின் ஆதாரம் முத்தம். காமம் ஊற்றும் சக்கரைக் கிண்ணம் முத்தம். காமம் காதல் எனும் இரு நாகரிகமும், ஒன்றையொன்று முட்டிக்கொண்டு அழியாது காக்கும் பொன்னிழை முத்தம்.

◆

உயிர் மேவியவள்

என் முன்னால், மிக எளிமையான உயிரின் திரையொன்று இருந்தது. பொம்மலாட்ட மேடையில், ஓர் ஏழைக் கலைஞன் கட்டிய வெள்ளைத்துணி போல ஒரு திரை.

கையில், செம்பியன் மாதேவி, அர்ஜுனன், அல்லி ராணி, கன்னம் வரைக்கும் மீசை வைத்த நாடோடி மன்னன், மன்மதன், மேனகை எனப் பக்குவமாய்ப் பார்த்துப் பார்த்துச் செய்த பலவண்ண பொம்மைகள்.

அவள் எங்கிருந்தோ வந்தாள். சேலையணிந்த திருமகளோ, திருமாலை அணிந்த சுடர்கொடியோ என்று நான் கண்டுதெளியும் முன்னே, என் மனமெனும் பொம்மலாட்டக் குடிலுக்குள் நுழைந்து உயிர்த்திரியைத் தூண்டிவிட்டாள்.

நான் நேசித்துச் செய்த பொம்மைகள் யாவும், நெஞ்சுக்குள் அழகழகாய் இயங்க ஆரம்பித்தன. புதுப்புதுக் கதைகள் வடித்தன. அதன் பிம்பங்கள், அன்புடையோர் நெஞ்சங்களை ஆழக் குளிர்வித்தது.

இத்தனைக்கும், அவள் என்னைக் கேள்வி கேட்கவில்லை. என்னை ஆராயவில்லை. பார்வையெனும் ஊசியில், கூந்தல் இழையை நுழைத்து, எனை ஆரமெனத் தொடுத்தெடுத்தாள். அவள் உள்ளங்கை வியர்வை பட்டது. மார்பு முட்டியது. முல்லை ஆரம் உதிர்ந்து அவள் பனிமடியில் குளித்தது.

அவள் யசோதையானாள், மீராவானாள், ஆண்டாளுமானாள், ராதையுமாவாள், என் மார்பில் இலக்குமியும் ஆவாள். எத்தனை பெண் இல்லம் புகுந்தாலும், மாசற்றது உன் மார்பென்று சத்தியம் கொண்டிருக்கிறாள். உன் குடிலுக்குள் அகல் கொண்டு வந்தவள் என்றும் அகலேன் என்று அகங்காரமாய் அன்பு செய்கிறாள்.

எளிய மனங்கொண்டாள், இத்தனை அன்புதனை எங்கிருந்து பெற்றெடுத்தாள்? அவளையும் வினவேன். உயிரைப் பூட்டி வினவாத அன்புதான் எத்துணை உயர்வு! இசை மீட்டும் மீராவின் நரம்பை மீட்டிய கண்ணன், அவள் உயிரைக் கண்டு தொட்டதுபோல், அவள் துயரம் மேவி, அவளுக்கு உயர்வு தந்து, என்றும் அவளைச் சேர்ந்திருக்கவேண்டும்.

✦

அவளுக்கு, வாளினிற் கொடிய வயமான் கண்கள், அம்மம்ம!

செந்தூரப் பொட்டும், சீரான பூந்துகிரும், கொண்டைக்குச் சில சின்மலர்களும் சூடியபடி நின்றாள். கண்ணாடி முன்னால், வளைகள் ஆர்க்க, அம்மம் ததும்ப, இரு கைகளையும் உயர்த்தி, குழலை வாய்ப்பாகச் சொருகி முடிந்தாள்.

இதழில், செம்முகை முத்தங்கள் பல வரச்செய்து, குதிக்கால்கள் தத்தி எழ, காற்றை முத்திமுத்திச் சிரிக்கும் குழந்தை அவள். இப்படி எல்லாமும் கோர்த்து, புறத்தில் இயற்கை போற்றி வளர்த்த பொம்மல் மலரழகுபோல், அழகினை வாரிக் கட்டிக்கொண்ட பதுமைபோல், பொலிவான தோற்றம் அவளுக்கு.

அகத்தின் ஆழத்தில், மிகையான அழகுகள் கண்டால், அவளுக்கு அதைக் கண்ணீர் விட்டுக் கொண்டாடத் தோன்றும். இப்படி அழகினால் மனதைப் பழக்கிக்கொண்டவளிடம் மிகுதிப் பண்பெல்லாம் வந்து வணங்காதா என்ன? இதற்குமேலும் அவள் மனதின் வடிவைச் சொல்ல உவமைகள் வேண்டுமா?

ஆனால், இவை மட்டுமா மதிப்பிற்குரிய பெண்ணின் இலட்சணைகள்? அவளின் இன்னொரு முகமும்தானே அரவணைப்புக்குரியது?

ஒரு நாளின் இரகசிய யோசனைகளில், மாராப்புப் பெருமூச்சில், தன் அழகைத் தானே மெச்சி மருவும் மோகப் பொழுதுகளில், அவளிடம் தோன்றும் அந்த வாளினிற் கொடிய வயமான் கண்கள், அம்மம்ம!

மஞ்சத்திலும் அதை நேருக்கு நேராய்ச் சந்திக்கும் ஆடவனைத் தேடினாள். எந்தக் குறையுமின்றி, பாவமுமின்றி, அதே மதிப்போடும், அதே கருவத்தோடும் அவளைப் பார்க்கும் ஆடவனின் கண்கள் அவளுக்கு வேண்டும்.

அவளுக்குப் புறா குனகும் ஓசை கேட்டபடி தூங்கப் பிடிக்கும். அளாவியிருக்க ஒரு தலையணையும், முடிந்தால், முலாம் பூசாத கரங்களால் மார்பில் அவளை இடுக்கி வளாவியிருக்கும் அன்பனும் வேண்டும்.

ஆகமொத்தம், அதனதன் அழகு கெடாமல், இலக்கணங்களைப் பகுமானமாய் உடைத்துப் பார்க்கும் இரகசிய ஆசைகள் அவளுக்குள் இருந்தது. அந்த வயமான் அருந்தும் புனலாக இருக்கும் ஆணின் ஆசைக்கும் காதல் என்றுதானே பெயர்?

◆

அவள் கவிதையானவள்

அவளும் நானும் இருந்த அறையில், அவள் செயல்களை நான் விழிப்பார்வைகளால் வாக்கியமாக வரைந்துகொண்டிருந்தேன். ‘முழாசும் தீயின் வண்ணத்தில், மல்லிகையை முழம்போட்டு இரசிக்கிறாள்’ என்பது எளிய வாக்கியமில்லை என்பதை நிறுவ, எந்தன் புத்திக்குள் தமிழை இழுத்து அணாவுதல் முறையென்று கண்டேன்.

தமிழ், அது வெண்மையில் வெம்மை புரளும் எழிலென்று விளக்கவுரை அளித்தது. வாக்கியமும், அதை விளம்ப எழுந்த உரையும், என் சிந்தையில் நின்று புணர, இது வம்புச் செயலென்றும், பொல்லா வாக்கியமென்றும் கண்டு தெளிந்தேன்.

தெளிவு, அது மேலும் மோகம் மூட்ட, ஒற்றைப் பூவில் வண்டு முரலும் சங்கதி கேட்டு, சோலை மலர்களெல்லாம் ஆடை துறந்ததுபோல, அவள் கழுத்தடியில் கேள்விகளாய் நகர்ந்தேன். அவள் வாசம் அள்ள அள்ள, என் அணாரியைத் தணல் தின்று தள்ள, அவள் முதல் புதிரை அவிழ்த்தாள்.

முதல் புதிரின் வெப்ப மூட்டையில் முத்தமிட்டேன். எனை அணைத்து, உயிரில் முழவுமேளம் அடித்து என் உச்சியில் அவள் பாதம் வைத்துக் கொட்டம் அடக்கினாள். உளுத்த மரக்காட்டில் விழுந்த கொழுத்த மழைபோல, என் மூர்க்கம் தணிக்க பெரும் குழல் இழுத்து முகம் மூடி முத்தமிட்டாள்.

மதியைப் புணருங்கலை அறிந்து, புதிர் பலவாக இட்டுச் சென்றாள். இதுகாறும், முதலிலிருந்த உடலின் தீண்டல் என்பது, அக்கணம் இரண்டாம் இடமாகிப்போனது. காமம், வாக்கியங்களின் வசமாகிப்போன அழகை அவளிடம் கண்டேன்.

✦

அவனும் அவளும்

நாளும் புது விந்தையுடன், வேள் வேட்கையுடன், கவி வாஞ்சையுடனெல்லாம், அவள் திரட்டி வைத்திருந்த அந்த இரகசிய வெற்றிடங்களுக்கெல்லாம் அவன் தேவைப்பட்டான்.

சிலநேரங்களில் அவளுக்கு, அவனுடனான ஓர் உரையாடலை அள்ளி, மூலவேரில் ஓர் உற்சவம் நிகழ்த்தி, ஆதி இச்சையில் எழுந்த ஆசைத் தேரில் நிறுத்தி, உயிரின் உயிரிலெல்லாம் உழவேண்டும் என்றிருக்கும்.

மறுகணமே, வாழ்வை நல்ல திருமண நிறுவனமாகவும், காதல் நிறுவனமாகவும், பார்த்துக் கட்டிய காலக் கோட்டைக்கெல்லாம், ஆயுட்காப்புறுதி இட்டு வாழும் இந்தக் காப்புறுதிப் பண்பாட்டுச் சமூகத்தின் முன்னால், அவன் ஒன்றுமில்லாதவனாக காட்சியளித்தான். அவளும் தன்னை ஒரு காப்புறுதிப் பங்காளராக எண்ணிக்கொண்டு வாழ்ந்தாள்.

ஆதலால், அவனுடைய உயிரொன்றும் அவ்வளவு அவசியமில்லை என்கிற பாசாங்குத்தனத்தை அவளுக்குள்ளேயே வளர்த்து, அதில் தன் சுயமரியாதை, சுய இச்சை எல்லாவற்றையும் கட்டிக்காத்து வாழப்பழகினாள்.

ஓர் உயிரின் தனித்த தேவைக்கும் தேடலுக்கும் முன்னால், ஒழுக்கம், சமூகம், திண்ணை மனிதர், கடப்பாடு போன்ற அர்த்தமற்ற வஸ்துக்களை எல்லாம் கணக்கில் எடுத்து, மனம் எனும் துலாத்தட்டில் வைத்துப் பார்க்கவேண்டி இருக்கிறதல்லவா?

உங்கள் கணக்கின்படி, குலமங்கை காப்பாற்றிக் கொடுத்த கற்பு எனும் ஒழுக்க இலக்கணத்தின்படி, உங்கள் குரூரக் கணக்கின்படி, அவன் தோற்றவனாக இருந்தாலும், அவள் கணக்கின்படி அவள்தானே தோற்றவள் ஆகிறாள்.

இந்த ஆழம் அவளுக்குப் புரிந்தால், அவனைப் போராடி வெல்லவேண்டும். வாழ்க்கையில் போராடி வெல்லப்படவேண்டியவன், போராடி வெல்லப்படும்போது தான், இருளுக்கும் இருவரால் அழகு வரும்.

✦

மழைநாட் காலைகளில், வீட்டின் கதவுச் சட்டத்துக்கென்று ஓர் அழகு வரும். மழையை அளவாய் அடக்கிக்கொண்டு காட்டும்போது, எதுவும் அழகுதானே! இதை நினைத்தே, யாரோ செதுக்கியதுபோல, அற்புதமான செவ்வக மரவேலைப்பாடு. அதன் விளிம்பில் நின்றபடி, நீரின் நூலினால் நெய்த கண்ணாடித் துமிகளின் முன்னால், தன் தோளினை நிதானமாய்ச் சாய்த்துக்கொள்ள அவளுக்குப் பிடிக்கும்.

சாய்ந்தவள், ஒரு பாதத்தின் சாய்வின் மீது, மறுபாதம் வைத்துக் கவவிக்கொண்டு, என் பார்வையின் பள்ளத்தில் கருப்பஞ்சாறு ஊற்றினாள்.

இடைவெளிக்கும் தீண்டலுக்கும் நடுவில் நின்று, 'உன்னை விரைந்து வந்து வரைபவன் என்ன செய்வன்' என்று வினவினேன். தமிழென அவளை நிறுத்தி, 'வெறும் மழையைச் சேர்ந்து ரசிப்பவன் என்றும், கூடச் சேர்ந்து நனைபவன் என்றும் கருதிதியோ?' என நகைத்தேன்.

'தூவானத் துமி பட்டுத் துளிர்த்த நெஞ்சின் வியர்ப்பினை, மழையின் நீர்த்தாரை அள்ளித் துடைப்பதுபோல் பாவித்து, என்னை நனைத்து மன்றாடி மகிழுவன். அது அவன் கவிச்செயல்' எனத் தலை சாய்த்தாள். கவவவுகவெனத் தமிழ் ஓசையுடன் பொழிந்தது காதல் மழை.

✦

காட்டில் பெய்யும் பெருமழைபோன்ற உன் காதல்
அழகா, இல்லை அதைக் கீழிருக்கும் தளிர்ப்பச்சை
இலையொன்றில், இலாவகமாய் வளைத்துப் பருகிய
முதல் மனிதனின் கவிதை உள்ளம் கொண்டிருந்த காமம்
அழகா!

✦

அவளும் அவனும்

காலம் எனும் பெருவீதியில், அவளுடைய அன்பின், அழகின் அனுக்கிரகம் எதுவும் அவனுக்குக் கிடைக்கவில்லை. அவள் இன்னொருவனுடன் தன்னைப் பிணைத்துக்கொண்டிருந்தாள். நிற்க.

இல்லை, இன்னொருவனுடன் காதல் உற்றிருக்கிறாள் என்றறிந்தும், அவனுக்கு அவளைப் பிடித்திருந்தது என்றும் கொள்ளலாம். இதற்காக, காலம் இட்ட சட்டங்கள் அவனைக் குற்றவாளிக் கூண்டில் நிறுத்தலாம். இல்லையெனில், தான் அதற்கான இடைவெளிகளை அவனுக்குத் தந்தேனோ என்று அவள் மனம் துடிதுடிக்கலாம்.

இதில், 'இருவருக்கிடையிலும் இருக்கும் அன்பில் எந்தவிதமான பதட்டமும் இல்லை என்றும், இருவரின் உணர்வுகளும், சொற்களும், ஒத்த ரசனைகளும், சின்ன முரண்பாடுகளும் மட்டும்தான் ஸ்பரிஸித்துக்கொள்ள ஆசைப்பட்டன' என்றும் ஒருவருக்கொருவர் ஆறுதல் சொல்லலாம். அதை நம்பிக்கொண்டு, மரியாதைக் கைலாகு கொடுத்துவிட்டு விலகவும் செய்யலாம்.

ஆனால், 'ஆறுதல்' எல்லாம் 'உண்மை' என்று ஆகாது. ஆறுதல்கள் தாகம் தீர்க்காது. மேலும், இதில் யாரை யார் குற்றம் சொல்வது? காலத்தில், ஒரே பாதையில் பயணிக்காது, அவனைச் சந்தியில் வைத்துச் சந்தித்த சாதாரணனாய் அவள் கடந்துபோக நினைப்பது தவறா? இல்லை, சந்நிதியில் வைத்துத் தரிசித்தது அவன் தவறா? இல்லை, காலத்தின் ஒழுங்குமுறையில், இருவரும் ஒழுங்கு மாற்றிச் சந்தித்துக்கொண்டது அத்துணை பெரிய தவறா?

இத்தனைக்கும், காலத்தைப்போல, காதல் எதுவுமே தவறில்லை என்றுதான் சொல்லப்போகிறது. இதையெல்லாம் சரி, பிழையென்று நிர்ணயிக்கும் அசட்டு தைரியம் மனிதர்களுக்குத்தான் உண்டு.

◆

அணையாச் சுவாசத்தில் என் சொற்களை வைத்து என்றேனும் சுகமாய் எரித்ததில்லையா? அதற்கு மேலும், உனக்கென ஒரு கவிதை கேட்டதன் நுட்பம்தான் என்ன?

மறுக்காது, விரலில் வார்த்தைக் கொளுந்தேற்றி குகைச் சித்திரங்கள் படித்த கள்மயக்கத்தில், காதலையும் காமத்தையும் தாண்டிய ஓர் உணர்வு முளைவிட்டது உண்மை.

எரியும் எண்ணத் தீக்கிடங்குகளில் விழுந்திட்ட சொற்களை மீட்க வந்தால், விரல்களில் அந்த வெப்பம் தோய்த்து அனுப்பு.

◆

நீ மீட்டவிருக்கும் வீணையின் இராகங்கள் அறிகிலேன். என்றாலும், முதல் அதிர்வில் உன் ஜரிகை தாண்டிக் குதிக்கும் ஐந்துவிரல் இடுக்குகளுக்காகக் கவிதை மடித்துக் காத்திருப்பேன்.

◆

மோக நர்த்தகி

உன் அழகின் பாரங்களைச் சுமப்பதில் உனக்கிருக்கும் துன்பங்களை, உன் தனிமைச் சுரங்கத்தில் சிற்பங்களாக வரைந்து வைத்திரு. அதையொரு சித்திரமாகக் கடக்காமல், நீ தெளித்த வண்ணங்கள்வரை ஆராய்ந்து ரசிக்கும் ஒருவன் வரும்வரை, அடைமழையிலும் கடும்வெயிலிலும் உன் சுந்தர வடிவைத் தொட்டுச் சோதித்திரு.

நீயென்பது அழகின் பாசுரம். பல்லாயிரம் பாவலர்கள், கள்ளமாய்க் கூடி எழுதிய மெல்லிய உணர்வுப் புத்தகம். எத்தனை பேர் படித்தபிறகும், ஒரு செழித்த வாசகன் எவனென வினாவும் பதுமைப் புத்தகம். உயர்ந்த சொற்களின் பிரியனுக்காகத் தன்னை விரித்துத் தானே எழுதிக் காத்திருக்கும் ரகசியக் கட்டில் புத்தகம்.

பூரண நிலவில் பூத்து, பூங்கழலினுள் ஊறும் உறுசுவைத் தேனைச் சுவைத்திடத் தூண்டும் மோக நர்த்தகி. என்னாவி குழைக்கும் ஏற்றமிகு சிலைவடிவு. காலை இளவெயிலென, தினம் தினம் மெதுவாய் உயரம் ஏற்றிப் படிக்கவேண்டிய பெண்ணழகு. அஞ்சுமணி வெயிலூறிய அந்தக் கழுத்தின் வெம்மைமீது எந்தச் சொற்கள் விழவேண்டும்?

பனியில் மறைந்த மயிலின் பாதிக் கழுத்து வண்ணம்போல தண்மையாய்ச் சில சொற்கள் சொல்லும்வரை, நாவின் ஈரங்கள் வற்றவேண்டாம். உற்றவன் படிக்கும்வரை உன் உறுசுவைகள் தீரவேண்டாம். தெளித்த வண்ணங்கள் உருகவேண்டாம். இப்போதைக்கு, வேகவேகமாக எழுதிய உன் மையப் பக்கங்களையும், மிருதுவான பக்க எண்களையும் மனபாடம் செய்யாமல் காத்திரு. நூற்றாண்டு நூலகத்தின் வாசம் பிடித்தவன் வருவரை காத்திரு.

✦

பாரதி கண்ணம்மா

பாரதி, தேடி எழுதிய கண்ணம்மா, அவனைத் தேடி வந்திருந்தால், இந்த உலகச் சிறுமைகளை எல்லாம் அவன் எத்துணை அழகாய்ப் பந்தாடியிருப்பான் என உள்ளுக்குள்ளே தோன்றும். இதுபோன்றதொரு உயிரின் தேடல், உள்ளே எப்பொழுதும் இருக்கும். சிந்தை, சித்தம், சரசமெல்லாம் ஆளும் நல் ரசனையுள்ள பெண்மைக்கான தேடல்.

வானம் ஊசித்தூறல் போடும்போது, கொடியில் காயும் ஆடைகளில் வாசம்பார்த்தபடி, அதை இழுத்தெடுக்கும் பெண்மை.

அளந்தெடுத்த வார்த்தைகளில், ஒரு ஆறுபக்க நாராசமான கட்டுரையாளரைத் தகுந்த தர்க்கத்தோடு வீழ்த்திடும் பெண்மை.

ஒரு கையில் தேநீர்க் கோப்பையும், இன்னொரு கையில் ஒரு நல்ல புத்தகத்தின் நடுப்பக்கத்தையும் அழுத்திப் பிடித்திருக்கும் அழுத்தமான பெண்மை.

இவ்வுலகம் ஆண்மைக்கென்று போட்டுவைத்த சட்டங்களையெல்லாம் சரசத்திலும் உடைத்துப்போடும் பெண்மை.

ஒற்றைக் கற்கண்டை நாவில் வைத்தபடி, ஒரு குழந்தை சிந்தும் இதழோர எச்சிலமுதமெல்லாம், பெருவிரலால் சுத்தம்செய்யும் பெண்மை.

உலகை ரசிக்கப் பிறந்தவள் எனும் தோரணையில், ஊர்வம்பு பேசும் பெண்களைக் கண்டால், எள்ளிநகையாடியபடி விலகி நடக்கும் பெண்மை.

✦

ஒரு பட்டுப்புடவையின் ஜரிகைமீது வைத்த புத்தகம்போல, அழகாய்க் கண்ணாடி முன்னின்று கச்சிதமாய் அணைக்கையிலே மோனபுன்னகை பொழியும் பெண்மை.

துவளும்பொழுதிலெல்லாம், மடியோடும் மார்போடும் அழுத்தி அணைக்கும் பெண்மை.

தமிழில் ஒவ்வொரு வார்த்தையையும், பின்னிருந்து கட்டிக்கொண்டு, காதுகடித்து உச்சரிக்கும் பெண்மை.

கடும் மின்னல் வெட்டும் பொழுதில், வீட்டு விளக்கணைத்து மின்னல் ஒளியில் காதல் களைந்து பூணலாம் என உரைக்கும் பெண்மை.

கிடைத்தற்கரிய நல்ல தோழன்போல, உரிமையோடு கழுத்தைக் கட்டிக்கொண்டு தொலைதூர மலைப்பச்சையெல்லாம் காட்டும் பெண்மை.

நாற்பக்கமும் இடர் வந்து சூழினும் நல்ல ஞானத்துணைபோல திண்மை காட்டிநிற்கும் பெண்மை.

இந்தப் பெண்மை யாவும் இன்னும் கொஞ்சம் அருகில் வந்தால், ஒவ்வொரு அடிக்கும் ஆயிரம் கற்பனை சொல்வேன்.

✦

இசையானவள்

பேருந்தில், முந்திக்கொண்டு ஏறும் முப்பதுபேரில் அவளும் ஒருத்தி. ஒரு நூறடிக் கட்டடத்தின் உயரத்தில் நின்று பார்த்தால், அவளொரு நகரும் துயரம். இயந்திரச் சத்தங்களுக்கும் வாகன நெரிசல்களுக்குமிடையில் தனித்துவிடப்பட்ட ஓர் அற்புத உயிரின் அகங்கார நடை. ஒரு ஆலிலை வளைவை இரு உள்ளங்கைகளாலும் அணைத்துப் பார்த்தால், அவள் நடையின் அழகு தெரியும்.

பேருந்தில் ஒரு ஜன்னலிருக்கையைப் பிடித்தவள், முன்தானையை எடுத்துக் கழுத்தைத் துடைப்பது ஒரு செயல். அதைத் தன் பெருவிரலால் உள்ளாடை ஓரத்தில் சொருக்கிக்கொள்வது அதோடு தொடர்புடைய இரண்டாம் செயல். எல்லாமே அவள் செய்திடும் செயலற்ற ஒரு செயல். செயலற்ற செயல்களின் ஒழுங்குவடிவு.

ஒப்பனைகளை அழித்துக் கூந்தலை முடிந்துகொள்கையில், முதுகு மடிப்புகளின் அழகு உடைந்து கொல்லும். முடிந்த கூந்தலில் நான்கைந்து தவறி அந்த உடைவுகளின்மீது ஒட்டிக்கொள்ளும். அவற்றுக்கு 'நீளப்பிழைகள்' என்று தலைப்பிட்டுத் தனியாகக் கவிதைகள் புனையலாம்.

வியர்வையை மறைக்க விரும்பாது, தன்னுள் ஓடும் அழகை இரசிக்கும் அழகிக்கு எத்தகைய பெருங்கனவு இருக்கும்! நாளும், ஒப்பனைகள் களைந்து மோகம் எரித்து அணைகிறாள். அவளின் மோகத்தைப் புறக்கணித்து, அவளுக்கு நல்லவள் பட்டம் கொடுத்து இரசித்தது இந்தக் குரூரமான உலகம்.

பேருந்து நடத்துனரின் கையில் சிதறும் சில்லறையின் ஒலிதொட்டு, அத்தனை இரைச்சல்களையும், சிறுபேச்சுகளையும் இளையராஜாவின் ஒரு பாடலில் தொலைத்துவிடுவாள். யாரும் ரசித்திடாத பெண்ணழகைத் தானே சுகிக்கும் இன்பத்தை அவன் பாடல் நல்கியிருக்கிறது. "என்னுள்ளே" கேட்டு மருகுகையில், சுற்றி எல்லா இரைச்சலும் நிசப்தம் கொள்ளும்.

இரவில் அவளின் முனகலுக்கு ஒரு இசை வடிவம் கொடுத்திருக்கிறான் அவன். அவளின் தனி உணர்வை வெளிப்படையாய் மதித்திருக்கிறான் அவன். அது கர்வ ராஜனின் இசைதரும் பிரபஞ்ச நிசப்தம். அப்பொழுது தனியாகத் தெரிந்தவள், இப்பொழுது உலகமே தன்னுள்ளே இருந்து விரிவதாய் உணர்ந்தாள். உண்மையிலேயே அதுவொரு நாதவெள்ளம். உலக சாஸ்திரங்களையெல்லாம் அடித்துச் செல்லும் பெண்ணின் மோகப் பிரவாகம்.

✦

உன்னைக் காதலில் முகிழ்த்த முடிவுசெய்தால், இந்நொடியில் இயங்கும் உன்னோடு மட்டுமா மோகித்திருக்கமுடியும்?

உன் தனியறையில், நீ செயல்களில் எழுதி வைத்த இயல்பான நடத்தைகளுக்கு முதலில் வாசகனாகவேண்டும்.

மேஜைமீது நிகழ்ந்த உன் செயல்களின் ஸரிகமபதநிகள், ஏன் ஒரு புத்தக அடுக்கையே இத்தனை அழகாய்ச் சரித்து வைத்திருக்கிறது?

நீ எழுதித் தோற்றுப்போனதாய் நினைத்துக்கொண்டிருக்கும் ஒரு காமக் கவிதைத் தாளை, ஏன் இன்னமும் கிழிக்காமல் வைத்திருக்கிறாய்?

உறங்கும் இன்பத் தொடை இழுப்பில் சிக்கிக்கொண்ட போர்வைப் பாகங்கள், ஏன் இத்தனை அசையும் வழக்குகளை நிலுவையில் வைத்திருக்கிறது?

ஆடை தெரிவுசெய்வதில் உனக்கிருக்கும் குழப்பங்கள் நிறைவேறும்வரை, ஒரு நிர்வாணத்தை ஏன் வேண்டுமென்றே காத்திருக்கச் செய்திருக்கிறாய்?

சரிவரப் போற்றப்படாத உன் பெண்ணழகு பற்றி, நீ கண்ணாடிக்குச் சொல்லும் முறைப்பாட்டின் பட்டியல் ஏன் நீண்டுகொண்டே போகிறது?

உனக்கும், உன் நான்கு சுவர்களுக்குமே தெரிந்த அத்தனை இரகசியங்களையும், வெறும் காற்றில் கைநீட்டி ஆலிங்கனம் செய்யவேனும் உன் அறைக்கு அழைத்துச்செல்.

◆

புத்தகத்தின் நுணுக்கம் உணராமல், உன்னால் ஒரு நல்ல தலைப்பை எழுதமுடியாது. மனதினில் காமம் புழங்காமல், காதலுக்கு ஒரு நல்ல இலக்கணம் எழுதமுடியாது. அதுபோல, காதல், காமம், அன்பு எனும் மூன்றினதும் நுண்மைப் பொருள் அறியாமல், உன் உள்ளமும் என்னை ஒருபொழுதும் அறியாது.

ஆதலால், நீ படிக்கும் இந்தப் பத்தி, ஒரு புத்தகத்தின் எத்தனையாம் பக்கம் என்பதையும், அதன் தலைப்பு என்ன என்பதையும் உன்னிடமே விட்டுவிடுகிறேன்.

முதலில், உன் கோப்பைக்குள் தேநீர் ஊற்றியது சுத்த அன்பு. மஞ்சத்தில், தலையணையின் உயரம் ஏற்றிவைத்து, உன் வசதி பார்த்து முத்தமிட்டது காதல். கொஞ்சம் எழுந்து நகர்ந்ததும், கூந்தல் சுட்ட தலையணையை இழுத்து முகர்ந்தது காமம்.

நீ எழுந்து நகருகையில், உன்னிரு செழுமையில் விழுந்தது கொழுங் காமம். அன்பால் ஊற்றிய தேநீரின் முதல் மிடற்றை, உன் கழுத்து உந்துமிடம் பார்த்து, அன்பைப் புசித்தது பெருங்காமம்.

இத்தனைக்குமிடையில், மெல்லிய முத்தத்தின் எத்தனையாவது நொடியில் காதல் இணைந்து கொண்டதென எவராலும் துல்லியமாகச் சொல்ல முடியாது.

கூந்தல் சுட்ட தலையணையை இழுத்து முகர்ந்த காமம், புதைந்து செய்த புன்னகையில் அந்த முத்தத்தின் நினைப்பு இருந்தது. காதல் வந்ததன் தடயம் இருந்தது. குளியலறை நுழைந்திட்ட உன் நினைவிலும், அந்தத் தடயம் தட்டுப்பட்டால், எனை அழைப்பாய்.

◆

பொத்திவைத்த போர்வையின் உள்மடிப்பும் குளிருதென்று, மறைபொருள் கொண்ட கவிதையின் வெப்பத்தினுள் பூட்டிக்கொண்டோம்.

முதலாவது காதல் வரியில் மறைபொருள் எதுவும் எழுதவில்லை.

இரண்டாவது வரிகளில், மெல்லிய தமிழ்ச் சொற்களால் நெய்த வசனக் கவிதை இருந்தது.

மூன்றாவது அடுக்கில், வழுக்கிடக் கொஞ்சம் புதுக்கவிதையின் சரசமும் மூகரமும் இருந்தது.

நான்காவது அடுக்கில், இலக்கணப் பிழைகளோடு ஒரு புதுவார்த்தை சேர்க்கச் சொன்னாய்.

ஐந்தாம் அடுக்கை நாவின் சுவை நரம்புகள் பூத்திட உச்சரித்துச் சரிபார்த்தோம்.

நான்காம் அடுக்கின் இலக்கண வழுவை ஐந்தாம் அடுக்கில் நனைத்து அழித்தோம்.

காது மடல் மடிப்பின் பின்னால் ஆறாம் மரபினை ஓதி ஒளித்தோம்.

ஏழு இராகங்களில், எட்டாக் கனியும் விழுமென்று எவனோ ஒரு சித்தன் சொன்னதை மூர்க்கமாய் நம்பினோம்.

எட்டாவது வார்த்தைகளை நெடில் கொண்டெழுதி மூச்சில் முட்டச் செய்து குறிலாக்கினோம்.

இடைவரிகளில் வந்து ஒட்டிக்கொண்ட வல்லினச் சொற்களை உயிரெழுத்துக்கு நோகாது ஒன்பதுமுறை எச்சரித்து அழைத்தோம்.

பத்து வரிகளின் பூட்டுகளையெல்லாம் நெற்றிப் பொட்டின் ஒற்றைச் சாவியில் பொருத்தித் திறந்தோம்.

தலைப்பிடும் பொறுப்பை மட்டும் கண்களிடம் விட்டுவிட்டுக் காத்திருந்தோம்.

✦

முதற்காதலின் பெருங்கனவொன்றுக்குத் தன் காடு முழுவதையும் எரித்துவிட்டவள், இன்றொரு மேஜை விளக்கேற்றக் கற்றிருக்கிறாள். அந்தச் சின்னச் சுடரின் அணைப்பையும், அதன் கனிவையும், ஒவ்வொரு பொருளின்மீதும் விழும் அதன் அழகையும் இரசிக்கிறாள்.

தினமும் புது இலக்கம் காட்டும் நாட்காட்டி, ஒருபாதி திறந்திருக்கும் புத்தக அலுமாரி, கட்டில் மீதிருக்கும் துப்பட்டா, ஆடையற்ற பெண்சிலையொன்றின் இடைச்சரிவு, எதிர்முனைச் சுவர்க்கடிகாரத்தின் கண்ணாடி பிம்பம் காட்டும் புதுநேரம் எல்லாம் இவள் விழித்திரைக்குப் புதிது. இந்த பிம்பங்கள் அவள் விழியையும் நோகவில்லை.

ஏதோ ஒரு மூலையில், ஏதோ ஒரு தனிமையில், தன் அழகின்மீது ஒருவன் நற்கவிதைகளால் புனைந்து பூசுவான் எனும் மிடுக்கு வந்து ஒட்டிக்கொண்டது. யாரும் காணாத தன்னழகெல்லாம் கண்டுதிகைப்பான் எனும் கர்வம். அவன் மார்பு தீண்டப்போகும் இவள் பாதங்களை இவளே பார்த்து நேசித்தாள். அந்த கர்வத்தில் எழுந்த அவள் அழகைப் படிக்கமுடியாமல், அந்தச் சின்னத் திரியும் துடித்துத் துவண்டது.

அவள் மேஜை விளக்கின் கீழேயே ஒரு கவிதைத்தாள் இருந்தது. காற்றோடு கோபித்து, மேஜை விளக்கின் பாரத்தைத் திட்டித் தீர்த்தது. அது அவளாய் எழுதிமடித்த அவள் கனவுகள். அந்தக் கனவுகளை எழுதத் தெரிந்தவனுக்காகக் காத்திருக்கிறாள். அவன் வரலாம்; வராமலும் போகலாம். ஆனால், இத்தேடல் புதிது என்கிற கர்வத்தில் அவள் அழகாய் நிமிர்ந்து நிற்பாள்.

✦

பூ விழும் மரங்களின் கீழே, ஊஞ்சல் கட்டி அழைத்தவனை அவள் அறிவாள். அவன் விரல்களின் ஓவியக்கோடுகளை அறிவாள். அவன் ஊஞ்சல் கட்டிக் கொடுத்த கொப்பின் நுனியில், போட்டிபோட்டுப் பூரித்த அடுத்தநாள் மலர்களைக் கண்டு சிரித்திருக்கிறாள். அது முன் முத்துப்பற்கள் வந்து, கீழ் இதழ் முழுதும் கவ்வும் சேட்டைச் சிரிப்பு. மறுகணமே, அவன் நினைவு தட்ட மெல்ல நகுவாள்.

கொத்தாகப் பூக்கும் மஞ்சள் மலர்கள் என்பது, கூட்டமாய் ஓடுகையில் சரிந்துவிழும் கோழிக்குஞ்சுகள் போலக் கொஞ் சலானவை. காற்றுக்கு, ஒன்றன் மீது ஒன்றாய் இடறி விழுந்து, ஒடுங்கி முட்டி நிற்கும். கொத்தாய் அள்ளி மார்போடு சேர்த்திடத் தோன்றும். மார்பு நழுவி, கை இடறி, அவை தப்பித்து ஓடுகையில் அங்கங்கு குறுகுறுக்கும்.

இதையெல்லாம் அவள் அள்ளி விளையாடுவதை அவன் பார்த்தால், அதற்குப் பொருத்தமான நிறச்சேர்க்கை கொண்ட ஒரு பறவையைப் பிடித்து வந்து, அதே ஊஞ்சல் கிளையில் வைப்பான். அவள் தேகச் சோலையில், உருகும் அவள் கண்மை கொண்டு எழுதிய கீதங்களை அதே பறவையிடம் உச்சரிப்பான்.

இப்படி, அவன் இல்லாத பொழுதுகளில், மழை அவன் ஊஞ் சலையும் கிளையையும் அழகாக்குவதை இவள் பார்த்திருப்பாள். மழை என்பது ஒரு வெள்ளிக் கிண்கிணிச் சிரிப்பு. அவள் மழை பார்த்தால், ஒரு கைத்தறி நெசவு செய்பவனாய் வானம் பணியும். இழைகளைத் தேர்ந்தெடுத்து உடுத்திக்கொள்ள அனுப்பும். ஒரு கோல வீழ்ச்சி புரியும். மழைத்துளிகளை இன்னும் கொஞ்சம் நெருக்கமாக்கும். சில இடைவெளிகள் விட்டுக்கொள்ளும். பொன் சாரல் கொண்டு ஓரத்தில் ஜரிகை நெய்யும். மேகம் எனும் குழலுள் உள்ளங்கை அளவு மின்னல் அனுப்பி அங்கங்கு நெட்டி இழுக்கும். தோடுகளின் இடைவெளியில் சில மின்னல் ஒளியையும் வார்க்கும். இடியோசை இன்றி மனத்தாளங்கள் கேட்கும்.

அவன் கட்டியது மடி ஊஞ்சல் என்றாலும் மர ஊஞ்சல் என்றாலும் நிதமும் மழைப்பூக்கள் விழுந்திருக்கும். மழையும் அவன்தான், அவள் சாதனனும் அவன்தான்.

✦

மாலை நேரத்துக்கு முன்னான மந்தமான பொழுதுகளை அவள் இரசித்தாள். அந்நேரம், வெயில் கலைக்கும் காற்றை விரும்பினாள். நகரத்தில் வேப்பமரம் இல்லை. கடற்கரையில், கால் நனையப் போய் நின்றாள். ஐந்து விரலிடுக்கில் ஓடும் மணலின் ஸ்பரிசம் விரும்பினாள். மோகத்தில், ஈரமணலை அழுத்தியபடி அலையோடு நடந்தாள். அலையின் திசையில் ஆடை இழுக்கும் காற்றைக் காதலித்தாள். ஆடை இறுக்கிய காற்று அவள் அங்கங்களை அழகாக்கிப் பொருள் அழகு நிறைத்தது. காற்று உண்ணும் தன் அழகைத் தானே இரசித்தபடி நடந்தாள். அவளுள் அவளைக் கண்டாள். காற்று வந்து கழுத்தோரம் வழுக்கட்டுமென, கூந்தலை ஒதுக்கி எதிர்த்தோளில் போட்டாள். மெதுவாய் நடை மாற்றினாள். அவள் துயரத்தைக் கடல் இழுத்து அணைத்து நிமிரச் சொல்லிக்கொடுத்தது இப்படித்தான்.

◆

கிழக்கிலிருந்து வந்த புறாக்கள் இரண்டு, துளசி மாடத்தின் மீதமர்ந்து நித்தம் குனுகுவதாய் எழுதியிருந்தாய். போதாதென்று, கழுத்தை நீள வளைத்து அவை கெழுவும் கோலத்தை, நீ அழகுற எழுதியதும் படித்தேன். இப்படி நீ தமிழ் செய்தால், மோகம் அழகுப் பட்டியலில் முதலிடம் பெற்றுவிடும். இப்படி ஒன்றையொன்று கெழுவும் சொற்களைப் படிக்கையில், புறா குனுகும் ஓசை வந்து காதில் கூசிடவே எந்தன் மேனி சிலிர்த்திருந்தேன்.

உன் எழுத்தை நான் படித்துச் சிலிர்த்திருக்கையில், இங்கே, தினைப்பயிர் காக்கும் பெண்ணொருத்தி தெள்விளி எழுப்பி நின்றாள். ஓசை கேட்ட கிளிகள் கிழக்கைப் பார்த்துப் பறந்தது. இல்லை, கிளிகள் பறந்த திசையைக் கிழக்கெனக் கருதி நின்றேன் எனலாம். உன் கடிதத்தில் இருந்த கிழக்கின் தாக்கம் அது.

அன்று பறந்த கிளியின் ஓசையில் இனிதில்லை. உன் ஈரப்புடவை தெளிக்கும் சாரலிலே, குனகி மகிழும் புறாக்களின் ஓசைதான் இனிதாய்க் கேட்டது. ஈரப் புடவை வடித்துத் தரும் இளங்காலை ஒளி வடிவில், அமர்ந்திருக்கும் உனது அழகை, மோகம் தீர்ந்த வேறொரு பறவை, மேற்கு வானில் உரத்துச் சொல்லி மறையட்டும்.

◆

ஒளியும் காற்றும் வளைத்தெடுக்க, மண்ணின் மீது ஆலிலை எழுதும் கண்ணாமூச்சிக் காதல் கேட்டாய்.

ஆலிலையின் நிழல் பொட்டுகள் வளைந்து மண் தழுவுதல் போல், கோல இடைவெளிகளில் நிலாமொழி எழுதுவது காதல். சூரியன் தொடாத ஆலிலை அழகை, மழைபோல் விழுந்து நனைத்துப் போகும் இரகசியத்தைக் காலம் வரும்வரை பேணுவது காமம். முதுகுத் தண்டின் விழுது மேவி நூலக வாசம் அறிந்திட முனைவது இரண்டும் அற்ற நிலை.

கேள்விக்குள் இத்தனை கண்ணாமூச்சி ஆடி, மூன்றும் ஒன்றாய்ச் சமைந்த உனக்கொரு கண்ணம்மா காதலே பொருத்தம்.

◆

இளந்தளிர்ப் பச்சையோடு நெருக்கிப் பூத்திருக்கும் சுத்தமான வெள்ளை மல்லி.

வைகறைப் பொழுதில், கிழக்கிலிருந்து வரும் ஒரு தனிப் பறவை.

புதிதாகக் குளித்த குழந்தை, இரண்டு கால்களைத் தூக்கியபடியும், உதறியபடியும், கொழுகொழு பிருஷ்டம் காட்டிப் படுத்திருக்கும் அழகு. அதை 'அச்சுவெல்லம்' என்று சொல்லி, பல்லைக் கடித்துச் சிரித்தபடி அம்மா கொட்டும் பவுடர் வாசம். அப்படியே அந்தக் குட்டி இரட்டைப் பஞ்சணை மீது விழுந்து, தன் முன்கோப மூக்கு வைத்து, மூச்சிழுத்து முத்தமிட்டு, அன்பின் மூர்க்கம் தணிக்கும் அவள் அழகு.

விசேஷ நாள் ஒன்றுக்குப் புறப்படுகையில், முற்றத்தில் பூத்திருக்கும் அந்த ஒற்றை ரோஜா.

சிகெரெட் வாசம் பிடிக்காத மகள், ஒளித்து வைத்த சிகரெட்டுகளை, செல்லமாகத் திட்டியபடி தேடும் அப்பா.

இதழின் சிவப்புச் சாயத்தோடு, பெண்ணவள் கொடுத்த முத்தம் கன்னம் வரை வழுக்கி விரைந்த அடையாளம். இரட்டைக் கதவிடுக்கில் வைத்து, அவசரமாய்த் தொட்ட அவளின் கீழ் இடை. சரிந்து விழுந்த முந்தானையைப் பதமாகச் சீர் செய்து முடிக்கும் வரை, கழுத்திலிருந்து விழுந்து ஆடும் அவள் தங்கச் சங்கிலியின் அசைவுகளின் எண்ணிக்கை என்று, அத்தனை இயல்பான அழகுகளுக்குள்ளும், உன் பேரழகினைத் துருவித் தேடும் என் மனக்கண் கேட்குது.

இவையெல்லாம் கனவு எழுத்துகள் என்று, தினமும் வெறுமனே உறங்கி எழும் ஊரார் சொல்லலாம். மரக் கனவு ஊஞ்சலில் ஆடும் ஒற்றைச் செம்பருத்தி மடியில், மிருதுவாய் விழுந்த கதிரவனின் ஒளித் துமியே! நீ என்ன சொல்வாய்!

◆

என்னுடைய நீ என்பவள் வெறும் புறவடிவால் மட்டும் நிறைந்தவள் இல்லை. உனது துன்பங்களோடும், மூன்று நாள் இளஞ்சிவப்பு அடையாளங்களோடும்தான் உன்னைக் கவிதை செய்வேன். உயிருள்ள அழகு எதையும் அணைக்கும். அவ்வழகின் உயிரைப் படிக்கத் தெரிந்தவன் உன்னை எக்கணம் வெறுமனே தேர்ந்தெடுத்து நேசிக்கமுடியும்.

எனது ஒற்றை மொழி, வேறு என்னென்ன கிளை மொழிகளாகவும் சிந்தனைகளாகவும் விரியும் எனத் தெரிந்து, அதையும் படிக்கத் தெரிந்த உனக்கு, நான் என்னை விளக்கத் தேவையில்லை.

உலகத்தின் மெல்லிய இறுக்கங்கள் எல்லாம் உன்மீது தவழ்வதை அறிந்தவன். மெல்லிய உள்ளாடைகள் இறுகிய தடம் பார்த்து, அதன் மீது நகரும் எனது இரட்டை விரல்களை நீ நேசித்துக் கொடுத்த முத்தம். இதழும் பார்வையும் விலகாமல் இரு தோள்கள் ஆடி நெகிழ்த்திய ஆடைகள்.

விரிந்த உன் தோள் வளைவின் அழகு. வளைவில் நகர்ந்த விரல். அவை நிகழ்த்திய அன்பின் ஆலோலங்கள். ஒவ்வொரு தீண்டலிலும் 'நூதனம்' என்பதன் அர்த்தம் குடித்து நிமிர்ந்த உன் அகங்கார அழகில், உடைபட்டுப்போன சில இறுக்கங்கள். அவற்றைப் பேசிப் பேசி அகற்றிய பார்வைகள்.

உன்னை இறுக்கும் அடையாளங்கள் 'கவிக்குலச் சின்னங்கள்' என்று சொன்ன வார்த்தைகள். உனது ஐந்து புலன்களையும் மெல்லத் திறந்து தந்த இன்பங்கள். சின்னச் சின்னச் செல்களையும் தேடித் திறந்த பொறுமைகள். கூடவே உள்ளே தவமிருக்கும் நெடுங்காமம் எனும் இறுக்கம். ஆனால் அதன் முடிச்சை மட்டும் வேறெங்கோ அவிழ்த்திருப்பேன்.

வீட்டின் சேவைகளைப் பகிர்ந்து செய்கையில் பாடிய பாடல்கள். பார்த்துக்கொண்ட பார்வைகள். வீட்டின் திருப்பங்களில் கொடுத்துச்சென்ற அவசர அணைப்புகள். வெல்லக் கன்னங்களைக் கிள்ளிச் சென்ற அவசரம், குழந்தையைக் கட்டியிருக்கையில் அதோடு சேர்த்து உன்னையும் அணைத்துக்கொண்டது, கார்த்திகை மழையில் தந்த தாழ்வார அணைப்பு என்று ஏதோவொரு கணத்தில் அதன் முதல் முடிச்சு அவிழ்ந்திருக்கும்.

அவிழ்ந்த முடிச்சுகளை இக்கடிதங்களைப் போல நல்ல வேலைப்பாடு உள்ள மரப்பெட்டிகளில் பூட்டி வைப்பது குற்றம். ஒரு ஆடை நெகிழ்விற்கான ஆயத்தங்களைச் செய்யவிடு. காதல் செய்து உன் இறுக்கங்களை நெகிழச் செய்யவேண்டும்.

✦

தில்லையும் கண்டிராத பொற்பதச் சிவப்பு. சிந்தாமணிக் கன்னங்களின் மேட்டுச் சிரிப்பு.

ஆரணிப் பட்டினுள் பொத்தி வைத்த பொதிகை மொழிப் பெண்ணே! கமழும் துடியிடையும் தாமரைப் பசுந்தாளின் பின் வளைவும், இலம்பகம் போல் நின்று நினைவு தழுவுதடீ.

உன்னைப் படிக்க மேதமை வேண்டும். உனது ஒவ்வொரு புரள்வும் ஐம்பெரும் காப்பியமடி. ஒரு நாழிகை நின்றால் உனது கூந்தலில் நுழைந்த, ஒன்றும் அறியா மாமரப் பூக்களுக்கு முல்லை மோட்சம் தருவேன்.

✦

நூதனா

பூங்கொத்து ஒன்று கேட்டாலும், அதைப் பெரும் இலைகள் கொண்டு சுற்றி மடித்து, இள நார் கொண்டு கட்டி, அதன் இயற்கைப் பொருள் ததும்பாது தருபவன் நீ அல்லவா. குவிந்த பூங்கொத்து விளிம்பின் இளந்தளிர் நிறமும், பூக்களின் பூர்வீக நிறமும் இன்னும் என் கண்களுக்குள் குளிர்கிறது.

நான் அதை வாங்கிக்கொண்ட பொழுது, என் விரலிடைகளில் ஓடிய நீர்த்துளியில் பெண்ணாய்ப் பிறந்தேன். நீர்த் திவலை வழிந்தோட, என் கை அழகையும் கால் அழகையும் இணைக்கும் வளைவுகளில் நான் உணர்ந்த குறுகுறுப்பைப் புன்னகையால் ஒளித்து மடித்து மடித்துச் சிரித்தேன்.

பின் ஒரு மழைநாளில், தாழ்வாரத்தில் ஒழுகும் நீர்த்துளிகளை உள்ளங்கையில் ஏந்தியபடி கவிதைக் கண்களோடு நின்றேன். என் இடைச் சங்கிலி அசைய, பின்னாலிருந்து நீ மிருதுவாய் அணைப்பது அறிந்தும் என் கைகள் சிறு நாழிகை நீரை ஏந்துவதை நிறுத்தவில்லை. இந்த இரட்டைச் சேவை நிலையை யார் வேண்டாம் என்பார்.

தென்றலும் தீண்ட எண்ணாத வியர்வை வளைவுகளில் நீ முத்தம் தந்து புவனப் புன்னகை புரிந்தாய். அன்று நான் மடித்து மடித்துப் போட்டு வைத்த புன்னகை முடிச்சுகளை ஒவ்வொன்றாக அவிழ்த்தாய். கலித்தொகையில் களித்து உன்னை வீழ்த்தினேன்.

அவிழ்ந்தது பூங்கொத்தா? இல்லை பிச்சியின் நறுமணமா? ஆய்வதை ஒருபொழுதும் நிறுத்தாதே. இந்த உலகம் நற்காதலை மறந்து வெகு நாளாயிற்று. ஒரு நினைவுச் சிலைசெய்து பூங்கொத்துகளால் நிரப்புவோம்.

◆

ஆடை களைதல் ஒரு கலை என்று சாட்சிசொல்ல, உட்சுவரில் தழல் பூத்துக் காத்திருக்கும் உன் குளிர்கால வீடுகளில் ஒன்றுக்கு அழைத்துச்செல். தீ வெளிச்சத்தில் ஒரு புனைவுப் புத்தகத்தைத் திறந்தால், நாம் கற்பனையில் உருவகிக்கும் உலகத்துக்குள்ளும் அதே நிறம் வந்து ஒட்டிக்கொள்ளும்.

ரஷ்ய வீதிகளின் வர்ணனையைப் படிக்கும்போது ஒரு நிறம் வந்து தழுவிக்கொள்ளுமே! அதுபோல உனக்கொரு நிறம் தந்திருக்கிறேன். ஒரு மழை நாள் காலையில் திறக்கப்படும் ஜன்னலிலிருந்து வரும் முதல் ஒளியைப் புன்னகைக்குத் தருகிறேன். சாட்சி சொல்ல அழைத்துப்போ.

◆

கலாபா,

கட்டியணைக்கும் பொழுதுகளில், நம் குழந்தையின் பெண்பாவை கண்டு மாறும் உன் முத்தத்தின் தோரணையை இரசித்திருக்கிறேன். இதுவரையில், கழுத்தோரம் விழுந்து மலர்ந்த ஐந்து வகைப் புன்னகை முத்தங்களில் அதுவொரு தினுசு. அன்று நீ நிறுத்தி எழுதிய முத்தங்களின் நினைவாக, இந்தக் கடிதத்தை ஒரு மைதொட்டு எழுதும் பேனாவால் எழுதிக் கௌரவப்படுத்தியிருக்கிறேன்.

✦

கணினியைப் பொறுத்தவரைக்கும் இவை வெறும் பூச்சியங்களும் ஒன்றுகளும். நீ ஊற்றி எழுதிய மைகளுக்கோ ஒவ்வொரு எழுத்தும் ஒரு ஓவியம் போலத் தோன்றலாம். அதை நான் எடுத்துப் படிக்கையில் ஒவ்வொரு எழுத்திலிருந்தும் உனது முழு பிம்பத்தைத் தோற்றுவிப்பேன். எப்படியும் நீ எழுதிய அழகைத்தான் நினைத்துப் பார்க்கப்போகிறேன்.

என் ஐம்புலன்களில் ஒன்றிரண்டுக்கு நீ கன்னம் வைத்து உறங்கிய பக்கத்தின் வாசமும், இதை எழுதுகையில் நீ முணுமுணுத்த கீரவாணி இராகமும் கேட்கக்கூடும். ஆனால் என் ஸ்பரிசங்கள் மட்டும்தான் உன்னை முழுதாய் அறியும். உனது குறிப்பேட்டுக் கவிதைகளில் இருக்கும் பேனா அழுத்தங்களை இவ்விரல்களால் தொட்டுப் படிக்கவேண்டும்.

✦

சரிகை போட்ட பட்டுப் பாவாடை உரச உரச மண் அழகுறும் என்பதுகூட அறியாத செல்வச்சீர் நடை. அவனைப்போலவே, திருவிழாவில் அடுக்கிவைத்திருக்கும் மண்பாவைகளை நேசிக்கும் பெண்மகள்.

தரையில் விரிக்கப்பட்ட திருவிழாக் கடைமுன் முழந்தாளிட்டு அமர்ந்திருந்து பெண்பாவை ஒன்றை எடுத்து அவன் கரங்களில் கொடுத்தாள். கரங்களில் தவழும் மண்ணின் குளிர்ச்சியையும், பெண்மகளின் புன்னகையும் ஒன்றாய் உணர்ந்தபோது தெய்வம் கொண்டாடினான்.

✦

வெண்முகை

உலவித்திரியும் நூற்பா வடிவினள். ஒயிலாள் நடை அழகில் இடைமேகலை பகுதியாய் சாய்ந்து மிகுதியாய் எழுந்து முத்தங்கள் பல இடும்.

வெண்ணிறத் துகிலுக்கு மஞ்சள் நிறப் பூக்கள் என்றும், கருநீல நூற்பின்னலுக்கு வெண்ணூல் தனிலிருந்து வீழ்ந்த வெள்ளை நிற மொட்டுகள் என்றும், அத்தோடு வெள்ளிக்கொலுசிலிருந்து கழன்ற ஒன்றிரண்டு மணிகளையும் வைத்து அழகு கோர்க்கும் சுந்தர விழிகள்.

மண்ணிற் சிதறிய குங்குமமும், மாமரத்து அணிலின் பேச்சும், உழுது சிவந்த உழவன் கால்களும் அழகென்று நோக்கும் பணிமொழியாள் நெஞ்சம்.

✦

நேர்நாயகி,

நினது தெரிவைப் பருவமதில், பைன் மரங்களால் நெருக்கமுற்ற கருங்காடுகளின் அழகைப் பற்றிச் சொல்லியிருக்கிறேன்.

பைன் மரங்கள் நெருக்கமாய் உயர்ந்திருக்கும். அவ்விருட்டில், காற்றுங்கூட மைபூசியிருக்கும். அங்கே சூரியன் தீண்டாத இடங்களும் உண்டு. சிறுவேர்கள் தொடும் பெருமழையும் உண்டு.

வெண்பனியை இருளில் படரவிட்ட இயற்கை அமுதவொளியில், உன் கண்மணி சுகம்பெறவேண்டும்.

தேர்போல் உயர்ந்தோங்கும் தீயின் ஊமை வடிவாய் உன் கருங்கூந்தல் சரியும்போதெல்லாம் ஒரு கருங்காட்டின் ஆதிவேட்கை என்னை அழைக்கிறது.

◆

கீழ்க்கிளையில் மலர்ந்த பூக்கள் வணக்கத்துக்குரியவை என்று ஆனந்த வேதங்கள் சொன்னான். கசிந்துருகிக் கண்ணீர் விட்டுக்கொண்டான். வேதாந்திகள் பழித்தார்கள். பூமிக்கு இவன் புதியவன் என்பதை மரமும் ஒப்புக்கொண்டது. கொடிகள் நேரடிச் சம்மதம் சொன்னது. அநங்கனுக்குத் துணை நின்ற தென்றலும் பூக்களை முட்டி முட்டிச் சிரித்தது. நேச மாநாடு போட்டது.

அவன் மடிசாய என்றே வரங்கள் வாங்கிவந்த பூவொன்று அவனை வென்றது. வென்று வாடாமல் நின்றது. கீழ்க்கிளையில் இன்னொரு பூவாகவே மாறிவிட்டவன், மகரந்த மணிகளின் மேலெழுந்து "நறுங்கிளை" என்று சொன்னான். பூம்பனிப் பாரம் அறியாப் பூவின் பதிலுக்காய்க் காத்திருந்தான். சூரியன் கண்ட பூ இளவெயிலைக்கூட "கனல் நிலவு" என்று உச்சரித்துக் கவிதைப் பொருள் சொன்னது. பூவின் சங்குக்கழுத்தில் முத்தமிட்டுத் தமிழ் குடித்தான்.

அவள் மடி தொழுது பிறந்த வண்ணக்கனவுகள் அனைத்திலும் பனிக்கரம் உருக்கிப் பூவிதழ் மடிப்புகள் ஏகினான். கொடி அவிழும் பொன் நாழிக்காய் கார்காலத் தவங்கள் கிடந்தான். பூக்களுக்குள் ஏன் இத்தனை நடுக்கம் என்கிற குழந்தைக் கவிஞன் காம்பைத் தீண்டப் போவதில்லை என்றது தன் வேர்க்காடு மறந்த கொடி. அன்றிலிருந்து அவன் பூக்களுக்கு முகவரி எழுதுவதில்லை.

◆

தேவதை மேகம் உலைத்த திருத்தென்றலை மறந்துவிட்டாய். அந்திக்கமலம் மறந்தாய். ஆலிலை வண்ணம் மறந்தாய். மேற்கு மூலையில் ஒலித்த பறவைகள் ஓசை மறுத்தாய். போர்க்கூந்தல் மறந்தாய். வேப்பம்பூத் தரை மணக்கப் பூத்த தண்மதியின் வெண்ணிழல் போல, காதலை மட்டும் அங்கங்கு ஒளிரவிட்டிருக்கிறாய்.

◆

உன் அழகின்மீது நான் கொண்ட சுத்தமான அசுரகுணம். அதற்குக் காதலென்றும் காமமென்றும் பெயர் சூட்டி அழுத்த மனமில்லாமல், பதைபதைத்திருக்கும் என் இதயத்தால், நான் சொல்லத் துடித்த குருத்து மொழிகள் ஏராளம்.

என் இதயம் ஒரு சங்கீரணம். உந்தன் அழகு ஒரு திருப்பாடல். ஓர் நாள், வீட்டில் நீ தமிழ் நோக்கிக் கிளை விடுத்திருக்கும் சாயல் மீது எழுதுவேன். வந்து வகிடெடுத்து, அழகில் வடுத்த இன்பத் தமிழ் எடுத்து எழுதுவேன். உன் அழகுக்கு என்னை நிவேதனம் செய்ய எழுதுவேன். உன் அழகினை ஆறுதல்படுத்தும் மொழிகளை நீ பறித்துச் சூடவென எழுதுவேன். நீ அழகினால் திடுக்கிட்டு, தமிழால் திரும்பிப் பார்க்கும் வரை எழுதுவேன்.

இப்போதைக்கு, உன் முதல் பருவத்தில் விழுந்து கெதியாய் முளைத்த ஒரு பாடல் வரிக்கு துணை வரியை எழுதித் தருகிறேன்.

◆